ENDALAÐA NÝJA SÆLANDS GÖTU MATARBÓK

Að ná tökum á handverkinu að búa til stökkar kex

Soffía Rún Egilsdóttir

Höfundarréttarefni ©2023

Allur réttur áskilinn

Engan hluta þessarar bókar má nota eða senda á nokkurn hátt eða á nokkurn hátt án skriflegs samþykkis útgefanda og höfundarréttarhafa, nema stuttar tilvitnanir sem notaðar eru í umsögn. Þessi bók ætti ekki að koma í staðinn fyrir læknisfræðilega, lögfræðilega eða aðra faglega ráðgjöf.

EFNISYFIRLIT _

KYNNING **6**
1. Rewena Paraoa (Māori brauð) 8
2. Kumara (Sættar kartöflur) Rösti 10
3. Nýja-Sjálands Scones 12
4. Kiwi og bananasmoothie 14
5. Hokey Pokey pönnukökur 16
6. Feijoa og Banana Smoothie Skál 18
7. Osta- og laukmuffins 20
8. Nýja Sjálands ristað múslí 22
9. Pikelets með Sítrónuost 24
10. Grænn vör kræklinga eggjakaka 26
11. Kumara og Beikon Omelette 28
12. Kiwi- og avókadósmoothie 30
13. Nýsjálensk beikon- og eggjabaka 32
14. Reykt laxabagel með rjómaosti 34
15. Manuka hunang og engifer te 36
16. Svínakjöt og Puha (Sow Thistle) Morgunverður Hash 38
17. Hangi morgunmatur 40
18. Bragðmiklir ostaskósur 42

SNILLINGAR OG FORRÉTTIR **44**
19. Lauksdýfa 45
20. Manuka hunangsbrauð með Ricotta 47
21. Kiwi-sósu á ristuðu brauði 49
22. Hokey pokey 51
23. Nýja Sjálands torg 53
24. Hvít beita Pönnukökur 55
25. Suðurland ostarúllur 57
26. Ostur og Marmite Skruna 59
27. Kumara (sætar kartöflur) franskar með Aioli 61
28. Kræklingabrauð með grænum vör 63
29. Paua (Abalone) Pönnukökur 65
30. Spínat og feta hjól 67
31. Svínakjöt og karsapylsurúllur 69
32. NZ kjötbökubitar 71
33. Lambakoftas með myntujógúrtdýfu 73
34. Reykt Kahawai Paté 75
35. Mānuka hunang og rósmarín ristaðar möndlur 77
36. Rækjukokteill 79
37. Svína- og kálbollur 81
38. Grillaðir kúrbít og feta teini 83

AÐALRÉTTUR 85

39. Linguine með nýsjálenskum kúlum 86
40. Nýsjálenskur lax í sítrónusmjörhlaupi 88
41. Marinert Nýja Sjálands lamb á grillinu 90
42. Nýsjálenskur uxahala plokkfiskur 92
43. Ofnsteiktur Nýja Sjáland Rauð snappari 94
44. Brenndur nýsjálenskur lax með mangó sósu 96
45. Grillað Nýja Sjáland Smjörfiskbaunasalat 99
46. Steikt lambakjöt með hunangssinnepssósu 102
47. Nýsjálensk sætabrauð 104
48. Lambasteik með rósmarín og hvítlauk 107
49. Hangi-stíl kjúklingur og grænmeti 109
50. Paella með grænvörtuðum kræklingi 111
51. Nýsjálensk kjöt- og sveppabaka 113
52. Grænt karrý Pāua (Abalone) Hræríð 116
53. Grillaður blár þorskur með sítrónu og kryddjurtasmjöri 118
54. Dádýra- og rauðvínspott 120
55. Hāngī-Style Lamba- og grænmetisplokkfiskur 122
56. Rewena Paraoa (Māori brauð) hamborgari 124
57. Krabbar (Rokkhumar) Halar með hvítlaukssmjöri 126
58. Nýja-Sjálands grænt karrýlamb 128
59. Hāngī kjúklingur með fyllingu 130
60. Māori Sjóða upp 132
61. Blár þorskfiskur Tacos 134
62. Kiwi-gljáður kjúklingur 136

SÚPUR OG KÆFUR 138

63. Kræklingakæfa með grænum vörum 139
64. Kumara (sætar kartöflur) og graskerssúpa 141
65. Kumara (sætar kartöflur) og beikonsúpa 143
66. Kræklingakæfa með grænum vörum 145
67. Grasker og Paua (Abalone) súpa 147
68. Kræklinga- og kartöflukæfa 149
69. Grasker og beikonsúpa 151
70. Kūmara og kókossúpa 153
71. Græn erta og skinkusúpa 155
72. Svínakjöts- og kersisúpa 157
73. Nýsjálenskur sjávarréttakæfa 159
74. Hāngī grænmetissúpa 161

MEÐLÖG OG SALÖT 163

75. Nýja Sjálands spínatgratín 164
76. Hāngī-innblásnar bakaðar baunir 166
77. Kūmara og spínat salat með grilluðu Halloumi 168
78. Niðursuðu Nýja Sjálands spínat 170
79. Þriggja lita Nýja Sjálands salat 172

80. Nýja Sjáland Brún hrísgrjón og Kiwi salat 174
81. Nýsjálensk appelsína með papaya hrísgrjónum og sósu 176
82. Kūmara (sætar kartöflur) fleygar 179
83. Hasselback kartöflur 181
84. Nýja Sjálands kartöflusalat 183
85. Kīnaki salat (tómatsalat og avókadó) 185
86. Hólsalat með eplum og valhnetum 187
87. Sowthistle Sósu 189

EFTIRLIT OG SÆTGI 191

88. Nýsjálensk svampkaka 192
89. Nýsjálensk Kiwi ostakaka 194
90. Nýja Sjáland Pavlova 197
91. Tim Tam Drukknaði 199
92. Hokey Pokey Ís 201
93. Feijoa Mola 203
94. Mānuka hunangs- og valhnetuterta 205
95. Hindberja- og hvítsúkkulaðisneið 207
96. Afganskt kex 209
97. Kiwi- og jarðaberjasnyrtiefni 211
98. Lolly kaka 213
99. Anzac kex 215
100. Gufusoðinn búðingur með gullsírópi 217

NIÐURSTAÐA 219

KYNNING

Kia ora, innileg kveðja sem hljómar með hlýju og gestrisni Nýja Sjálands, og velkomin í matreiðsluferð eins og enga aðra — "Endalaða Nýja Sælands Götu Matarbók." Þessi matreiðslubók er meira en samansafn af uppskriftum; það er dýfa í hjartslátt iðandi gatna Aotearoa, þar sem hver réttur segir sína sögu og hver biti umlykur ríkulega veggteppi menningaráhrifa sem skilgreina Kiwi götumatarupplifunina.

Þegar þú flettir um blaðsíður þessarar matreiðslubókar, sjáðu fyrir þér sjálfan þig rölta um líflega markaði og líflegar götur Nýja Sjálands, þar sem ilmur af snarkandi grillum og tælandi vökva af framandi kryddi fléttast saman. Götumatur Nýja Sjálands er hátíð — lifandi mósaík af bragði sem endurspeglar suðupott matreiðsluhefða, allt frá frumbyggjum Maori til fjölbreyttra Kyrrahafssamfélaga og alþjóðlegra áhrifa sem hafa fundið heimili í þessari Kyrrahafsparadís.

Í ys og þys á götum Nýja Sjálands er matur óaðskiljanlegur hluti af samfélagsgerðinni. Þetta er upplifun sem nær lengra en bara næringu - þetta er samfélagslegt mál, sameiginleg gleði sem sameinar fólk. Þessi matreiðslubók býður upp á boð um að fara inn í hjarta Kiwi-götumatarmenningar, þar sem hver uppskrift er vegabréf að líflegum matarmörkuðum, fjölbreyttu matarbílunum og heillandi sölubásunum sem byggja göturnar og bjóða upp á kaleidoscope af smekk og áferð.

Búðu þig undir að leggja af stað í matargerðarævintýri sem fer yfir hið venjulega. Uppgötvaðu listina á bak við helgimynda Kiwi-rétti, endurmyndaðu hefðbundna klassík með nútímalegu ívafi og kafaðu ofan í hinn nýstárlega samruna sem einkennir kraftmikla götumatarsenu Nýja Sjálands. Hvort sem þú ert vanur matreiðsluáhugamaður eða nýliði í eldhúsinu, líttu á þessa matreiðslubók sem þinn persónulega leiðarvísi til að endurskapa ekta bragðið af götumat Nýja Sjálands í hjarta þínu eigin heimilis.

Svo, þegar við ferðumst saman um líflegar götur Aotearoa, skulum við fagna bragði, sögum og sameiginlegri gleði yfir því að dekra við það besta sem götumatur Nýja Sjálands hefur upp á að bjóða. Frá helgimynda klassíkinni til framúrstefnunnar, hver uppskrift er matreiðslumynd, bragðmikil frásögn sem heiðrar hina fjölbreyttu menningu og samfélög sem samanstanda af ríkulegu veggteppi götumatarmenningar Nýja Sjálands.

Vertu með í þessari matreiðslukönnun, þar sem bragð hvers rétts er hátíð og sérhver uppskrift er virðing fyrir menninguna sem þeir tákna. Þegar þú kemur með götur Nýja Sjálands inn í eldhúsið þitt, megi hin sameiginlega gleði yfirlætis vera áminning um hina lifandi og bragðmiklu upplifun sem Kiwi götumaturinn er. Verið velkomin í ferðalag um smekk, hefð og töfrandi töfra á götum Aotearoa - gleðilega matreiðslu!

1. Rewena Paraoa (Māori brauð)

HRÁEFNI:
- 3 bollar hveiti
- 1 bolli súrdeigsforréttur (rewena)
- 1 tsk sykur
- 1 tsk salt
- Heitt vatn (eftir þörfum)

LEIÐBEININGAR:
a) Blandið saman hveiti, súrdeigsstarti, sykri og salti í stóra skál.
b) Bætið heitu vatni smám saman út í og hnoðið þar til þú hefur mjúkt, teygjanlegt deig.
c) Lokið og látið standa á heitum stað í nokkrar klukkustundir eða yfir nótt.
d) Forhitið ofninn í 180°C (350°F).
e) Mótaðu deigið í kringlótt brauð og settu það á bökunarplötu.
f) Bakið í 30-40 mínútur eða þar til þær eru gullinbrúnar.
g) Leyfið brauðinu að kólna áður en það er skorið í sneiðar og borið fram.

2.Kumara (Sættar kartöflur) Rösti

HRÁEFNI:
- 2 bollar rifinn kúmara (sætar kartöflur)
- 1 egg, þeytt
- 2 matskeiðar hveiti
- Salt og pipar eftir smekk
- Ólífuolía til steikingar

LEIÐBEININGAR:
a) Blandið rifnum kúmara, þeyttu eggi, hveiti, salti og pipar saman í skál.
b) Hitið ólífuolíu á pönnu yfir miðlungshita.
c) Setjið kúmarablönduna með skeið í pönnu og myndið litlar smábollur.
d) Eldið þar til það er gullbrúnt á báðum hliðum.
e) Berið fram heitt með uppáhalds morgunverðarhliðunum þínum.

3. Nýja-Sjálands Scones

HRÁEFNI:
- 4 bollar sjálfhækkandi hveiti
- 1 dós Seven-up
- 300 ml rjómi (eða 1 1/2 bollar)

LEIÐBEININGAR:
a) Blandið saman hveiti, Seven-up og rjóma í skál.
b) Notaðu hníf til að skera hráefnin saman þar til það er bara blandað saman.
c) Rífið deigstykki af um það bil á stærð við muffins.
d) Setjið deigstykkin á kökuplötu.
e) Klappaðu ofan á hvern deighluta.
f) Bakið í forhituðum ofni við 220°C (425°F) í um það bil 12 mínútur eða þar til skonsurnar eru orðnar gullinbrúnar.

4.Kiwi og bananasmoothie

HRÁEFNI:
- 2 þroskaðir bananar
- 2 kíví, afhýdd og skorin í sneiðar
- 1 bolli hrein jógúrt
- 1 bolli mjólk
- 1 matskeið hunang
- Ísmolar (valfrjálst)

LEIÐBEININGAR:
a) Blandaðu saman bananum, kívíum, jógúrt, mjólk og hunangi í blandara.
b) Blandið þar til slétt og rjómakennt.
c) Bætið við ísmolum ef vill og blandið aftur.
d) Hellið í glös og berið fram strax.

5. Hokey Pokey pönnukökur

HRÁEFNI:
- 1 bolli alhliða hveiti
- 2 matskeiðar sykur
- 1 tsk lyftiduft
- 1/2 tsk matarsódi
- 1/4 tsk salt
- 1 bolli súrmjólk
- 1 stórt egg
- 2 matskeiðar bráðið smjör
- 1/2 bolli hokey pokey nammi (eða honeycomb), mulið

LEIÐBEININGAR:
a) Í skál, þeytið saman hveiti, sykur, lyftiduft, matarsóda og salt.
b) Í annarri skál, þeytið saman súrmjólk, egg og bræddu smjöri.
c) Hellið blautu hráefnunum í þurrefnin og hrærið þar til það hefur blandast saman.
d) Brjótið mulið hókí pokey nammi saman við.
e) Steikið pönnukökur á pönnu eða pönnu þar til þær eru gullinbrúnar á báðum hliðum.

6.Feijoa og Banana Smoothie Skál

HRÁEFNI:
- 2 þroskaðir bananar
- 1 bolli skrældar og saxaðar feijoas
- 1/2 bolli grísk jógúrt
- 1/4 bolli rúllaðir hafrar
- 1 matskeið hunang
- Álegg: sneiddur banani, granóla, kókosflögur

LEIÐBEININGAR:
a) Blandið banana, feijoas, grískri jógúrt, höfrum og hunangi þar til það er slétt.
b) Hellið smoothie í skál.
c) Toppið með sneiðum banana, granóla og kókosflögum.

7.Osta- og laukmuffins

HRÁEFNI:
- 2 bollar alhliða hveiti
- 1 matskeið lyftiduft
- 1/2 tsk matarsódi
- 1/2 tsk salt
- 1 bolli rifinn cheddar ostur
- 1/2 bolli smátt saxaður rauðlaukur
- 1 bolli mjólk
- 1/2 bolli jurtaolía
- 1 stórt egg

LEIÐBEININGAR:
a) Forhitið ofninn í 200°C (400°F) og klæddu muffinsform með pappírsfóðri.
b) Blandið saman hveiti, lyftidufti, matarsóda og salti í stóra skál.
c) Hrærið rifnum osti og söxuðum lauk saman við.
d) Í sérstakri skál, þeytið saman mjólk, jurtaolíu og egg.
e) Hellið blautu hráefnunum í þurrefnin og hrærið þar til það hefur blandast saman.
f) Hellið deiginu í muffinsform og bakið í 15-18 mínútur eða þar til tannstöngull kemur hreinn út.

8.Nýja Sjálands ristað múslí

HRÁEFNI:
- 1/2 bolli Nýja Sjálands hunang
- 2 msk olía, eins og þú vilt
- 3 bollar heilir eða rúllaðir hafrar
- 1/2 bolli flöguð eða rifin kókos
- 1/2 bolli fræ
- 1/2 bolli hnetur
- 1 bolli af þurrkuðum ávöxtum

LEIÐBEININGAR:
a) Blandið hunanginu og olíunni saman í potti við meðalhita. Eldið, hrærið oft í, í 4 mínútur – leyfið ekki að brenna.

b) Hitið ofninn í 150° Klæðið stórt, djúpt ofnmót með bökunarpappír.

c) Blandið öllum hráefnunum sem eftir eru nema þurrkaðir ávextirnir saman í stóra skál. Hellið heitri hunangsblöndu yfir. Blandið vel saman til að blanda saman.

d) Dreifið blöndunni jafnt yfir botninn á réttinum. Bakið í 25 til 30 mínútur, hrærið á 10 mínútna fresti, eða þar til gullið og ristað. Takið úr ofninum og bætið þurrkuðum ávöxtum út í, blandið öllu saman.

e) Setjið til hliðar til að kólna alveg þegar múslíið verður búið að mynda stökka klasa.

f) Múslaðu þessar klasa niður þegar þú setur múslíið í loftþétt ílát til að geyma.

9.Pikelets með Sítrónuost

HRÁEFNI:
- 1 bolli alhliða hveiti
- 1 tsk lyftiduft
- 2 matskeiðar sykur
- 1/2 bolli mjólk
- 1 stórt egg
- Smjör til eldunar
- Sítrónuost til áleggs

LEIÐBEININGAR:
a) Í skál, þeytið saman hveiti, lyftiduft, sykur, mjólk og egg.
b) Hitið pönnu eða pönnu og bætið smá smjöri við.
c) Setjið lítið magn af deigi á pönnu til að mynda pikelets.
d) Eldið þar til loftbólur myndast á yfirborðinu, snúið svo við og eldið hina hliðina.
e) Berið fram með ögn af sítrónuost.

10.Grænn vör kræklinga eggjakaka

HRÁEFNI:
- 4 stór egg
- 1/4 bolli mjólk
- Salt og pipar eftir smekk
- 1/2 bolli soðinn grænhleyptur kræklingur, saxaður
- 1/4 bolli fetaostur, mulinn
- Ferskar kryddjurtir (steinselja, graslaukur) til skrauts

LEIÐBEININGAR:
a) Þeytið saman egg, mjólk, salt og pipar í skál.
b) Hellið blöndunni í heita, smurða pönnu.
c) Stráið söxuðum kræklingi og muldum fetaost á annan helming eggjakökunnar.
d) Brjótið hinn helminginn yfir fyllinguna og eldið þar til eggin hafa stífnað.
e) Skreytið með ferskum kryddjurtum áður en borið er fram.

11.Kumara og Beikon Omelette

HRÁEFNI:
- 2 bollar kumara (sætar kartöflur), skrældar og skornar í teninga
- 6 egg
- 1/2 bolli mjólk
- Salt og pipar eftir smekk
- 200 g beikon, saxað
- 1 laukur, smátt saxaður
- 1 bolli rifinn cheddar ostur
- Ólífuolía til matreiðslu

LEIÐBEININGAR:
a) Hitið ofninn í 180°C (160°C með blástur).
b) Sjóðið eða gufið hægeldaða kumara þar til það er aðeins mjúkt.
c) Þeytið saman egg, mjólk, salt og pipar í skál.
d) Í ofnheldri pönnu, steikið beikon og lauk í ólífuolíu þar til laukurinn er hálfgagnsær.
e) Bætið soðnu kumara á pönnuna og hellið eggjablöndunni yfir.
f) Stráið rifnum osti jafnt yfir.
g) Eldið á helluborðinu í nokkrar mínútur, setjið síðan í ofninn og bakið þar til Omeletten er stíf og gullinbrún.

12. Kiwi- og avókadósmoothie

HRÁEFNI:
- 2 þroskaðir kívíávextir, skrældir og skornir í sneiðar
- 1 þroskað avókadó, afhýtt og skorið
- 1 bolli spínatblöð
- 1/2 bolli grísk jógúrt
- 1 matskeið hunang
- 1 bolli möndlumjólk
- Ísmolar (valfrjálst)

LEIÐBEININGAR:
a) Blandaðu saman kívíávöxtum, avókadó, spínati, grískri jógúrt, hunangi og möndlumjólk í blandara.
b) Blandið þar til slétt.
c) Bætið við ísmolum ef vill og blandið aftur.
d) Hellið í glös og njótið hressandi kívíávaxta og avókadósmoothie.

13.Nýsjálensk beikon- og eggjabaka

Hráefni:
- 1 pakki laufabrauð
- 4 sneiðar beikon soðið og saxað
- 1/2 laukur skorinn í teninga
- 8 egg skipt
- 1/4 bolli mjólk
- salt og pipar eftir smekk

LEIÐBEININGAR:
a) Hitið ofninn í 350 gráður.
b) Leggðu járnsteypupönnu í lag með 1 lak af laufabrauði. Bætið beikoni við botninn á deiginu. Brjóttu varlega 6 egg ofan á.
c) Þeytið saman restina af eggjunum og mjólkinni í lítilli skál. Kryddið með salti og pipar. Blandið lauknum saman við og hellið yfir eggin á pönnunni. Bakið í 35-40 mínútur eða þar til eggin hafa stífnað.

14.Reykt laxabagel með rjómaosti

HRÁEFNI:
- 4 beyglur, helmingaðar og ristaðar
- 200 g reyktur lax
- 1 bolli rjómaostur
- 1 rauðlaukur, þunnt sneið
- Kapers til skrauts
- Ferskt dill til skrauts
- Sítrónubátar

LEIÐBEININGAR:
a) Smyrjið rjómaosti á hvern ristað beygjuhelming.
b) Toppið með reyktum laxi, rauðlaukssneiðum og kapers.
c) Skreytið með fersku dilli.
d) Berið fram með sítrónubátum til hliðar.

15. Manuka hunang og engifer te

HRÁEFNI:
- 2 bollar heitt vatn
- 2 tsk Manuka hunang
- 1 tommu stykki af fersku engifer, þunnt sneið
- Safi úr hálfri sítrónu

LEIÐBEININGAR:
a) Hellið heitu vatni í krús.
b) Bætið Mānuka hunangi út í og hrærið þar til það er uppleyst.
c) Bætið engifersneiðum út í og látið malla í 5-7 mínútur.
d) Kreistið sítrónusafa út í teið.
e) Hrærið og njótið þessa róandi Manuka hunangs og engifer tes.

16. Svínakjöt og Puha (Sow Thistle) Morgunverður Hash

HRÁEFNI:
- 1 bolli soðið og hægeldað svínakjöt
- 2 bollar kartöflur í teningum, soðnar
- 1 bolli puha lauf (eða skipt út fyrir spínat)
- 1 laukur, smátt saxaður
- 2 hvítlauksgeirar, saxaðir
- Salt og pipar eftir smekk
- Ólífuolía til matreiðslu

LEIÐBEININGAR:
a) Hitið ólífuolíu yfir miðlungshita á pönnu.
b) Bætið söxuðum lauk og hvítlauk út í, steikið þar til það er mjúkt.
c) Bætið við hægelduðum svínakjöti og kartöflum, eldið þar til það er brúnt.
d) Hrærið puha laufum saman við og eldið þar til þau eru visnuð.
e) Kryddið með salti og pipar og berið fram heitt.

17.Hangi morgunmatur

HRÁEFNI:

- 4 stórar hveiti tortillur
- 1 bolli afgangur af Hangi kjöti (kjúklingur, lambakjöt eða svínakjöt)
- 1 bolli soðin kumara (sæt kartöflu), skorin í teninga
- 1 bolli soðið spínat
- 1/2 bolli rifinn ostur
- Salt og pipar eftir smekk

LEIÐBEININGAR:

a) Hitið tortillurnar í þurrri pönnu eða örbylgjuofni.
b) Leggðu Hangi kjöt, kumara, spínat og ost á hverja tortillu.
c) Kryddið með salti og pipar.
d) Brjótið hliðar tortillunnar yfir fyllinguna til að mynda umbúðir.
e) Hitið á pönnu þar til osturinn bráðnar.
f) Berið fram heitt.

18.Bragðmiklir ostaskósur

HRÁEFNI:

- 2 bollar sjálfhækkandi hveiti
- 1/2 tsk lyftiduft
- 1/2 tsk salt
- 50 g smjör, skorið í teninga
- 1 bolli rifinn ostur (cheddar virkar vel)
- 1/2 bolli mjólk
- 1/2 bolli hrein jógúrt
- Saxaður graslaukur eða kryddjurtir (valfrjálst)

LEIÐBEININGAR:

a) Hitið ofninn í 220°C (200°C blástur) og klæddu bökunarpappír á bökunarplötu.
b) Blandið saman sjálfhækkandi hveiti, lyftidufti og salti í stóra skál.
c) Nuddaðu smjörinu út í þar til blandan líkist brauðrasp.
d) Hrærið rifnum osti og graslauk eða kryddjurtum út í ef þú notar.
e) Bætið mjólkinni og jógúrtinni saman við og hrærið þar til það hefur blandast saman.
f) Setjið skeiðar af deiginu á tilbúna bökunarplötu.
g) Bakið í 12-15 mínútur eða þar til þær eru gullinbrúnar.

SNILLINGAR OG FORRÉTTIR

19. Lauksdýfa

HRÁEFNI:
- 1 dós minnkaður rjómi
- 1 poki lauksúpa
- 1 tsk edik

LEIÐBEININGAR:
a) Setjið rjómann í skál og hrærið lauksúpublöndunni og ediki saman við.
b) Setjið í ísskáp í klukkutíma eða þar til það er orðið þykkt og kalt.

20.Manuka hunangsbrauð með Ricotta

HRÁEFNI:
- 4 sneiðar af uppáhalds brauðinu þínu
- 1 bolli ricotta ostur
- Manuka hunang (eftir smekk)
- Fersk ber til áleggs

LEIÐBEININGAR:
a) Ristaðu brauðsneiðarnar að þínum smekk.
b) Smyrjið ríkulegu lagi af ricotta á hverja sneið.
c) Dreypið Mānuka hunangi yfir ricotta.
d) Toppið með ferskum berjum og berið fram.

21. Kiwi-sósu á ristuðu brauði

HRÁEFNI:
- 4 sneiðar heilkornabrauð, ristað
- 4 þroskaðir kiwi, skrældir og skornir í teninga
- 1/2 rauðlaukur, smátt saxaður
- 1/2 rauð paprika, skorin í teninga
- 1/4 bolli ferskt kóríander, saxað
- Safi úr 1 lime
- Salt og pipar eftir smekk

LEIÐBEININGAR:
a) Blandið saman í skál niðurskornum kívíávöxtum, rauðlauk, rauðum papriku, kóríander, limesafa, salti og pipar.
b) Blandið vel saman og látið standa í nokkrar mínútur.
c) Hellið kívísósu yfir ristuðu brauðsneiðarnar og berið fram.

22. Hokey pokey

HRÁEFNI:
- 1/2 tsk smjör
- 5 matskeiðar sykur
- 2 matskeiðar gullsíróp
- 1 tsk matarsódi

LEIÐBEININGAR:
a) Smyrjið bökunarform með smjöri og látið liggja til hliðar.
b) Setjið sykur og gullsíróp í pott.
c) Hrærið stöðugt á lágum hita þar til sykurinn leysist upp.
d) Hækkið hitann og látið suðuna koma upp.
e) Sjóðið í 2 mínútur og hrærið af og til til að koma í veg fyrir brennslu.
f) Bætið matarsóda út í og hrærið hratt þar til blandan freyðir upp.
g) Hellið strax í smurt form og látið standa þar til það er kalt og hart. Brjótið í bita.

23. Nýja Sjálands torg

HRÁEFNI:
FYRIR FERGIN:
- ¼ bolli Létt smjörlíki
- ½ bolli Sykur
- 1 matskeið kakó
- 1 egg
- ½ pund Graham kex mola
- 1 tsk Vanilla
- ¾ bolli rúsínur, lagðar í bleyti og tæmdar

FYRIR súkkulaðikremið:
- Innihaldsefni fyrir súkkulaðikremsuppskriftina sem þú vilt velja.

LEIÐBEININGAR:
FYRIR FERGIN:
a) Bræðið saman létt smjörlíki, sykur og kakó í potti þar til það er freyðandi.
b) Takið blönduna af hitanum og bætið egginu út í, þeytið vel.
c) Bætið við graham cracker molunum, vanillu og bleytum, tæmdum rúsínum. Blandið þar til það hefur blandast vel saman.
d) Pakkaðu blöndunni í smurt 8x8 kökuform.

FYRIR súkkulaðikremið:
e) Undirbúið súkkulaðikremið sem þú vilt í samræmi við uppskriftarleiðbeiningarnar.
f) Hyljið pakkaða blönduna í kökuforminu með súkkulaðikreminu.
g) Kælið pönnuna í kæli svo ferningarnir geti stífnað.

24. Hvít beita Pönnukökur

HRÁEFNI:
- 1 bolli hvítbeita (lítill fiskur sem finnst á Nýja Sjálandi)
- 2 egg
- Salt og pipar eftir smekk
- 2 matskeiðar hveiti
- Smjör til steikingar

LEIÐBEININGAR:
a) Þeytið eggin létt í skál.
b) Bætið hvítbeiti, salti, pipar og hveiti við eggin. Blandið varlega saman við.
c) Hitið smjör á pönnu við meðalhita.
d) Setjið lítið magn af blöndunni á pönnuna til að mynda bökunarbrauð.
e) Eldið þar til það er gullbrúnt á báðum hliðum.
f) Berið fram heitt með kreistu af sítrónu.

25.Suðurland ostarúllur

HRÁEFNI:
- 2 brauð - brauð (sneið)
- 200 g (7 oz) - colby ostur (rifinn)
- 150 g (5,3 oz) - parmesanostur (rifinn)
- 1 dós - gufuð mjólk
- 1 bolli - rjómi
- 1 poki - lauksúpa
- 1 - laukur (fínt saxaður)
- 2 tsk - sinnep
- Smur eða smjör (til áleggs)

LEIÐBEININGAR:
a) Blandið osti, gufumjólk, rjóma, súpublöndu, lauk og sinnepi saman í skál.
b) Hitið í örbylgjuofni í 4-6 mínútur, hrærið af og til.
c) Sett í ísskáp til að kólna í nokkrar mínútur.
d) Dreifið ostablöndunni yfir aðra hliðina á sneiða brauðinu.
e) Rúllið hverri sneið upp í spíral og leggið samskeyti á bökunarplötu.
f) Setjið smyrsl eða smjör ofan á hverja ostarúllu.
g) Ristið í ofni í 15 mínútur eða þar til þær eru ljósbrúnar.

26.Ostur og Marmite Skruna

HRÁEFNI:
- 2 bollar sjálfhækkandi hveiti
- 1 bolli rifinn cheddar ostur
- 1 matskeið Marmite (eða Vegemite)
- 1 bolli mjólk
- 50 g smjör, brætt
- Auka rifinn ostur fyrir álegg

LEIÐBEININGAR:

a) Forhitið ofninn þinn í 220°C (200°C blástur) og klæddu bökunarpappír með bökunarplötu.
b) Blandið saman hveiti, rifnum osti og Marmite í skál.
c) Bætið mjólkinni út í og blandið þar til mjúkt deig myndast.
d) Snúið deiginu á hveitistráðan flöt og hnoðið létt.
e) Fletjið deigið út í ferhyrning, penslið með bræddu smjöri og stráið extra rifnum osti yfir.
f) Veltið deiginu frá langhliðinni og skerið í sneiðar.
g) Setjið sneiðarnar á bökunarplötuna og bakið í 15-20 mínútur eða þar til þær eru gullinbrúnar.

27.Kumara (sætar kartöflur) franskar með Aioli

HRÁEFNI:
- 2 stórar kumara (sætar kartöflur), afhýddar og skornar í þunnar strimla
- 2 matskeiðar ólífuolía
- Salt og pipar eftir smekk
- Fyrir Aioli: 1/2 bolli majónesi, 2 hvítlauksrif (hakkað), 1 matskeið sítrónusafi, salt og pipar

LEIÐBEININGAR:
a) Hitið ofninn í 200°C (180°C með blástur).
b) Kastaðu kumara ræmunum með ólífuolíu, salti og pipar.
c) Dreifið kumara á bökunarplötu í einu lagi.
d) Bakið í 20-25 mínútur eða þar til stökkt, snúið við hálfa leið.
e) Fyrir aioli, blandaðu majónesi, hakkaðri hvítlauk, sítrónusafa, salti og pipar í skál.
f) Berið kumara flögurnar fram með aioli til hliðar.

28.Kræklingabrauð með grænum vör

HRÁEFNI:
- 1 bolli ferskur grænn varakræklingur, hrærður og saxaður
- 1 bolli sjálfhækkandi hveiti
- 1 egg
- 1/2 bolli mjólk
- 1/4 bolli söxuð fersk steinselja
- Salt og pipar eftir smekk
- Sítrónubátar til framreiðslu

LEIÐBEININGAR:

a) Í skál, þeytið saman hveiti, egg og mjólk til að gera deig.

b) Hrærið söxuðum kræklingi og steinselju saman við og kryddið með salti og pipar.

c) Hitið pönnu yfir miðlungshita og bætið skeiðum af deiginu saman við til að mynda kökur.

d) Eldið þar til það er gullbrúnt á báðum hliðum.

e) Berið fram með sítrónubátum.

29.Paua (Abalone) Pönnukökur

HRÁEFNI:
- 1 bolli hakkað paua (abalone)
- 1 bolli hveiti
- 1 egg
- 1/2 bolli mjólk
- 1/4 bolli saxaður grænn laukur
- Salt og pipar eftir smekk
- Sítrónubátar til framreiðslu

LEIÐBEININGAR:

a) Blandið saman hakkaðri paua, hveiti, eggi, mjólk, grænum lauk, salti og pipar í skál.
b) Hitið pönnu yfir miðlungshita og setjið deigið með skeið til að mynda bökunarbrauð.
c) Eldið þar til það er gullbrúnt á báðum hliðum.
d) Berið fram með sítrónubátum.

30. Spínat og feta hjól

HRÁEFNI:
- 2 blöð laufabrauð, þíða
- 1 bolli saxað ferskt spínat
- 1/2 bolli mulinn fetaostur
- 1/4 bolli furuhnetur
- 1 egg (þeytt, til að þvo eggja)

LEIÐBEININGAR:

a) Hitið ofninn í 200°C (180°C með blástur) og klæddu bökunarpappír á bökunarplötu.
b) Fletjið laufabrauðsplöturnar út.
c) Dreifið söxuðu spínati, feta og furuhnetum jafnt yfir deigið.
d) Rúllaðu sætabrauðsblöðunum þétt til að mynda stokk.
e) Skerið í sneiðar og leggið á bökunarplötuna.
f) Penslið með þeyttu eggi.
g) Bakið í 15-20 mínútur eða þar til þær eru gullinbrúnar.

31.Svínakjöt og karsapylsurúllur

HRÁEFNI:
- 500 g svínapylsukjöt
- 1 bolli ferskur karsi, saxaður
- 2 blöð laufabrauð, þíða
- 1 egg (þeytt, til að þvo eggja)
- Sesamfræ til að strá yfir

LEIÐBEININGAR:

a) Hitið ofninn í 200°C (180°C með blástur) og klæddu bökunarpappír á bökunarplötu.
b) Blandið saman svínapylsukjöti og söxuðum karsa í skál.
c) Skerið laufabrauðsplötur í tvennt.
d) Hellið pylsu- og karsblöndunni með skeið meðfram miðju hverrar sætabrauðsræmu.
e) Rúllaðu deiginu með fyllingunni og settu saumhliðina niður á bökunarplötuna.
f) Penslið með þeyttu eggi og stráið sesamfræjum yfir.
g) Bakið í 20-25 mínútur eða þar til þær eru gullinbrúnar.

32.NZ kjötbökubitar

HRÁEFNI:
- 1 bolli nautahakk eða lambakjöt
- 1 laukur, smátt saxaður
- 1 gulrót, rifin
- 2 matskeiðar tómatmauk
- 1 tsk Worcestershire sósa
- Salt og pipar eftir smekk
- Lítil sætabrauð skeljar

LEIÐBEININGAR:

a) Brúnið hakkið og laukinn á pönnu.

b) Bætið við rifnum gulrót, tómatmauki, Worcestershire sósu, salti og pipar. Eldið þar til það hefur blandast vel saman.

c) Hellið blöndunni í litla sætabrauðsskeljar.

d) Bakið samkvæmt leiðbeiningum um sætabrauðið þar til það er gullbrúnt.

33. Lambakoftas með myntujógúrtdýfu

HRÁEFNI:

- 500 g lambakjöt
- 1 laukur, smátt saxaður
- 2 hvítlauksgeirar, saxaðir
- 1 tsk malað kúmen
- 1 tsk malað kóríander
- Salt og pipar eftir smekk
- Tréspjót (bleyti í vatni)
- Fersk myntulauf til skrauts

LEIÐBEININGAR:

a) Forhitið grillið eða grillið.
b) Blandið saman í skál maluðu lambakjöti, söxuðum lauk, söxuðum hvítlauk, möluðu kúmeni, möluðu kóríander, salti og pipar.
c) Mótið blönduna í lítil pylsuform í kringum bleytu teinin.
d) Grillið í 10-15 mínútur, snúið öðru hverju, þar til það er eldað í gegn.
e) Skreytið með fersku myntulaufi og berið fram með myntujógúrtdýfu.

34. Reykt Kahawai Paté

HRÁEFNI:
- 200 g reyktur kahawai (eða annar reyktur fiskur), flögur
- 1/2 bolli rjómaostur
- 2 matskeiðar sýrður rjómi
- 1 matskeið sítrónusafi
- 1 tsk piparrót
- Salt og pipar eftir smekk
- Saxaður graslaukur til skrauts

LEIÐBEININGAR:

a) Blandið saman reyktum kahawai, rjómaosti, sýrðum rjóma, sítrónusafa og piparrót í matvinnsluvél.
b) Vinnið þar til slétt. Kryddið með salti og pipar.
c) Kælið í að minnsta kosti 1 klst.
d) Skreytið með söxuðum graslauk og berið fram með kex.

35. Mānuka hunang og rósmarín ristaðar möndlur

HRÁEFNI:
- 2 bollar hráar möndlur
- 2 matskeiðar Manuka hunang
- 1 matskeið ólífuolía
- 1 matskeið ferskt rósmarín, saxað
- Sjávarsalt eftir smekk

LEIÐBEININGAR:

a) Hitið ofninn í 180°C (160°C blástur) og klæddu bökunarpappír með bökunarpappír.

b) Blandið saman möndlum, Manuka hunangi, ólífuolíu og söxuðu rósmaríni í skál.

c) Dreifið möndlublöndunni á bökunarplötuna í einu lagi.

d) Stráið sjávarsalti yfir.

e) Bakið í 15-20 mínútur, hrærið af og til, þar til möndlurnar eru orðnar gullinbrúnar.

f) Látið kólna áður en það er borið fram.

36. Rækjukokteill

HRÁEFNI:
- 200 g soðnar rækjur, afhýddar og veiddar
- Ísjakasal, rifið niður
- Kokteilsósa: 1/2 bolli majónes, 2 matskeiðar tómatsósa, 1 matskeið sítrónusafi, Worcestershire sósa eftir smekk
- Sítrónubátar til framreiðslu

LEIÐBEININGAR:
a) Raðið rifnu icebergsalati á diska.
b) Toppið með soðnum rækjum.
c) Í lítilli skál, blandaðu saman majónesi, tómat tómatsósu, sítrónusafa og Worcestershire sósu eftir smekk.
d) Dreypið kokteilsósunni yfir rækjurnar.
e) Berið fram með sítrónubátum til hliðar.

37. Svína- og kálbollur

HRÁEFNI:

- 250 g svínakjöt
- 1 bolli fínt rifið hvítkál
- 2 grænir laukar, smátt saxaðir
- 1 hvítlauksgeiri, saxaður
- 1 tsk engifer, rifinn
- Sojasósa og sesamolía eftir smekk
- Dumpling umbúðir

LEIÐBEININGAR:

a) Blandið saman í skál svínakjöti, rifnu hvítkáli, grænum lauk, hvítlauk, engifer, sojasósu og sesamolíu.
b) Setjið skeið af blöndunni á hvern dumpling umbúðir.
c) Lokaðu bollunum og gufðu eða pönnusteiktu þar til þau eru elduð.
d) Berið fram með sojasósu til ídýfingar.

38.Grillaðir kúrbít og feta teini

HRÁEFNI:
- Kúrbítur, skorinn í sneiðar
- Kirsuberjatómatar
- Fetaostur, skorinn í teninga
- Ólífuolía
- Sítrónusafi
- Fersk mynta, söxuð
- Salt og pipar eftir smekk

LEIÐBEININGAR:
a) Þræðið kúrbítshringur, kirsuberjatómata og feta teninga á teinur.
b) Blandið saman ólífuolíu, sítrónusafa, saxaðri myntu, salti og pipar til að búa til dressingu.
c) Grillið teinin þar til kúrbíturinn er mjúkur og aðeins kulnaður.
d) Dreifið dressingunni yfir áður en hún er borin fram.

AÐALRÉTTUR

39.Linguine með nýsjálenskum kúlum

Hráefni:
- 1 pund linguine (ósoðið)
- 1/4 bolli extra virgin ólífuolía
- 5 hvítlauksgeirar (fínt saxaðir)
- 3 þurrkaðir chili
- 3/4 bolli fersk flatblaða steinselja (gróft hakkað)
- 1 sítrónu
- 1/8 tsk. gróft salt
- 1 klípa nýmalaður pipar
- 3 punda kelling (Nýja Sjáland, vandlega skrúbbuð)
- 1 msk. rauðvínsedik
- 6 fersk basilíkublöð (stór, þunnt skorin)

LEIÐBEININGAR:

a) Eldið linguinið samkvæmt leiðbeiningum á pakkanum þar til það er al dente. Tæmið og setjið til hliðar.

b) Hitið ólífuolíuna yfir miðlungshita í stórri pönnu. Bætið fínt söxuðum hvítlauk og þurrkuðum chiles út í. Steikið þar til hvítlaukurinn er ilmandi og gullinbrúnn.

c) Hrærið saxaðri steinselju og börkinn af sítrónunni saman við. Kryddið með grófu salti og nýmöluðum pipar. Eldið í 1-2 mínútur til viðbótar.

d) Bætið vandlega skrúbbuðum kellingunum á pönnuna. Hellið rauðvínsediki út í. Lokið pönnunni með loki og eldið þar til kellingarnir opnast, um 4-5 mínútur.

e) Þegar kokkarnir hafa opnast skaltu bæta soðnu linguineinu á pönnuna. Blandaðu öllu saman til að sameina og húðaðu linguine með bragðmiklu blöndunni.

f) Berið Linguine fram með nýsjálenskum kúlum í einstökum skálum. Skreytið með þunnt sneiðum basilíkulaufum og kreista af sítrónusafa ef vill.

40.Nýsjálenskur lax í sítrónusmjörhlaupi

HRÁEFNI:
- 6 pund ferskur lax
- 6 matskeiðar Smjör
- 3 sítrónur
- Salt
- Pipar

LEIÐBEININGAR:
a) Hreinsaðu laxinn og fjarlægðu höfuð, hala og ugga.
b) Skerið laxinn í 1 punda steikur (ekki flök).
c) Setjið eina laxasteik á plötu af álpappír.
d) Kreistið safa úr hálfri sítrónu yfir laxinn.
e) Smyrjið 1 matskeið af smjöri á laxinn.
f) Kryddið með salti og pipar.
g) Vefjið laxasteikinni þétt inn í álpappírinn og búið til vatnsþétt innsigli. Endurtaktu fyrir hverja steik.
h) Sjóðið álpappírspakkana í vatni í 20 mínútur.
i) Takið pakkana úr vatninu og setjið í frysti í klukkutíma.
j) Eftir frystingu, geymdu í kæli í 2 klukkustundir til viðbótar.
k) Þegar þú ert tilbúinn til að bera fram skaltu pakka laxasteikunum varlega upp og setja þær á stórt fat.
l) Hyljið laxinn með volgri Hollandaise sósu.
m) Berið laxinn fram með nýjum barnakartöflum soðnum með myntulaufum.
n) Bætið ferskum garðbaunum á diskinn.

41. Marinert Nýja Sjálands lamb á grillinu

HRÁEFNI:
- 1 beinlaust lambalæri
- ½ bolli sítrónusafi
- ½ bolli Olía
- ½ bolli hvítvín
- 1 tsk pressaður hvítlaukur
- 1 tsk Salt
- 1 tsk Þurrkað rósmarín
- 1 tsk pipar
- 1 msk Rauð piparflögur

LEIÐBEININGAR:
a) Setjið beinlausa lambalærið í marineringsskál.
b) Blandið saman sítrónusafa, olíu, hvítvíni, pressuðum hvítlauk, salti, þurrkuðu rósmaríni, pipar og rauðum piparflögum í skál.
c) Hellið marineringunni yfir lambið og tryggið að það sé vel húðað.
d) Marinerið lambakjötið í kæli í langan tíma, helst í viku, til að leyfa bragðinu að fyllast.
e) Forhitaðu Weber ketilgrill með lokinu á og opurnar næstum lokaðar.
f) Grillið marinerað lambið með loki á í 15-20 mínútur á hvorri hlið.
g) Stilltu grilltímann eftir því hversu tilbúinn þú vilt. Þykkt lambsins getur leitt til mismikillar tilgerðar, sem gefur möguleika á bæði vel steiktum og miðlungs sjaldgæfum skömmtum.
h) Þegar það er búið að grilla til fullkomnunar skaltu taka lambið af grillinu og láta það hvíla í nokkrar mínútur.
i) Skerið lambið í sneiðar og berið gestum þínum fram.

42.Nýsjálenskur uxahala plokkfiskur

HRÁEFNI:
- 1 uxahali
- 1 eyri Crisco
- 1 eyri hveiti
- 2 Laukur
- 2 gulrætur
- 2 nautakjötskraftteningar
- 2 bollar sjóðandi vatn
- Salt og pipar eftir smekk

Leiðbeiningar:
a) Skerið uxahalann í sundur.
b) Rúllaðu hverjum bita upp úr hveiti.
c) Hitið Crisco í potti.
d) Brúnið hveitistráða uxahalabitana í heitri fitunni.
e) Þegar það hefur brúnast skaltu fjarlægja uxahalann úr pottinum.
f) Brúnið niðursneiddan lauk og gulrætur í afganginum af fitunni.
g) Setjið brúnaða uxahalann og grænmetið í pott.
h) Saltið og piprið eftir smekk.
i) Leysið nautakraftsteningana upp í sjóðandi vatni.
j) Hellið nægilega miklu af nautakraftinum í pottinn til að það hylji kjötið og grænmetið.
k) Látið soðið malla í 3 klukkustundir, leyfið bragðinu að blandast saman og nautahalinn verður mjúkur.

43.Ofnsteiktur Nýja Sjáland Rauð snappari

HRÁEFNI:
- 2 Nýja Sjáland Rauð snappari flök (u.þ.b. 2 1/2 pund)
- 4 únsur grænn kúrbít, sneiddur þunnt
- 4 aura gulur leiðsögn, sneiddur þunnt
- 8 greinar heil myntu
- 2 bollar Fisksoð
- 1 bolli hvítvín
- 2 matskeiðar Smjör
- 4 matskeiðar Extra virgin ólífuolía
- 1 únsa sítrónusafi
- 4 tsk Fersk mynta, jöfnuð
- Salt og pipar eftir smekk

LEIÐBEININGAR:
ÚRBÚIÐ FISKASAYÐI:
a) Flakaðu nýsjálensku rauðu snapparnir og settu til hliðar.
b) Setjið beinagrind fisksins í pott, hyljið með vatni, bætið við klípu af salti og látið malla í 45 mínútur.
c) Sigtið soðið og setjið til hliðar.
d) Forhitið ofninn í 400 gráður Fahrenheit.
e) Raðið Rauð snappari flökunum í ofnpönnu og kryddið með salti og hvítum pipar.
f) Bætið niðursneiddum kúrbít, sneiðum gulum leiðsögn, myntugreinum, fiskikrafti, hvítvíni, smjöri og extra virgin ólífuolíu á bökunarpönnu.

BAKA:
g) Bakið í um það bil 10-12 mínútur eða þar til fiskurinn er eldaður.
h) Fjarlægðu flökin af bökunarforminu og raðaðu þeim á sporöskjulaga borð. Fargið myntugreinunum.
i) Minnkaðu soðið í ofnforminu þar til það þykknar aðeins.
j) Bætið sítrónusafa og ferskri myntu út í minnkað soðið, stillið að smekk.
k) Hellið tilbúinni sósunni yfir plötuflökin.
l) Skreytið með ferskum myntugreinum.

44. Brenndur nýsjálenskur lax með mangó sósu

HRÁEFNI:
FYRIR KRYDDBLANDUNA:
- 6 Nýsjálensk laxaflök (160 g hvert), roðið fjarlægt
- 4 bollar Baby salat laufblanda
- Ólífuolía og balsamik edik
- ½ rauð paprika, smátt saxað
- 2 ferskir chili, saxaðir
- 1 hvítlauksgeiri, saxaður
- 1 tsk Cajun krydd
- 1 tsk sæt (ungversk) paprika
- 1 tsk Malað kóríander
- 1 tsk Þurrkuð basilika lauf
- 1 matskeið hunang
- 2 matskeiðar sítrónusafi
- 2 matskeiðar vínberjaolía

FYRIR MANGO SÓSU:
- ½ rauð paprika, smátt saxað
- ½ bolli Soðnar kínverskar svartar baunir
- 1 hvítlauksgeiri, saxaður
- 2 skalottlaukar, smátt saxaðir
- 1 þétt mangó, skorið í teninga
- 2 teskeiðar súrsað engifer
- 2 tsk ferskt kóríander, saxað
- 1 tsk Malað kúmen
- 2 matskeiðar agúrka í teningum
- 1 tsk kapers
- 1 msk saxaður graslaukur
- 1 sítróna, safi af

LEIÐBEININGAR:
FYRIR KRYDDBRISTANNA LAXINN:
a) Í blandara eða matvinnsluvél skaltu sameina rauða paprikuna, ferskan chili, hvítlauk, Cajun krydd, sæta papriku, malaða kóríander, þurrkuð basilíkublöð, hunang, sítrónusafa og vínberjaolíu. Vinnið þar til deig myndast.
b) Nuddið kryddmaukinu yfir báðar hliðar hvers laxaflaks, leyfið þeim að draga í sig bragðið. Setja til hliðar.
FYRIR MANGO SÓSU:
c) Blandið saman í skál söxuðum rauðum papriku, svörtum baunum, hvítlauk, skalottlaukum, hægelduðum mangó, súrsuðum engifer, ferskum kóríander, möluðu kúmeni, hægelduðum agúrku, kapers, graslauk og sítrónusafa. Kryddið með salti og pipar eftir smekk.
d) Setja til hliðar.
SAMSETNING:
e) Hitið ofninn í 220°C.
f) Hitið smá ólífuolíu í ofnheldri pönnu. Steikið laxaflökin á báðum hliðum þar til þau ná djúpum gylltum lit.
g) Flyttu steikarpönnuna með laxinum í forhitaðan ofninn og steiktu í 3-5 mínútur, allt eftir því hversu tilbúinn þú vilt.
h) Í millitíðinni skaltu klæða barnsalatblaðablönduna með ólífuolíu, balsamikediki, salti og pipar.
i) Settu klæddu salatblöðin á sex diska.
j) Takið steikta laxinn úr ofninum og setjið yfir salatblöðin.
k) Toppið hvert laxaflak með rausnarlegri skeið af mangósósu.

45.Grillað Nýja Sjáland Smjörfiskbaunasalat

HRÁEFNI:
FYRIR SMIRFISKAN:
- 6 stór beinlaus smjörfiskflök
- 1 tsk Þurrkaðar Chili Flögur
- 110 grömm ljós púðursykur
- 2 tsk Létt sojasósa
- 4 tsk sítrónusafi
- ¼ tsk Fínmalað Allspice

FYRIR BAUNASALATIÐ:
- 100 grömm hver af Mange Tout, grænum baunum, breiðum baunum og sykurbitum
- Sítrónusafi
- Sjó salt
- Extra Virgin ólífuolía

SWEET CHILI GLÁSUR:
- 1 tsk Þurrkaðar Chili Flögur
- 110 grömm ljós púðursykur
- 2 tsk Létt sojasósa
- 4 tsk sítrónusafi
- ¼ tsk Fínmalað Allspice

LEIÐBEININGAR:
SWEET CHILI GLÁSUR:
a) Blandið saman þurrkuðum chiliflögum, ljósum púðursykri, ljósri sojasósu, sítrónusafa og fínmöluðu pipar á lítilli pönnu fyrir gljáa.
b) Látið suðuna koma upp, eldið þar til hún fer að þykkna og takið svo af hellunni.

GRILLAÐUR SMJÖRFISKUR:
c) Setjið smjörfiskflökin með skinnhliðinni upp á olíuborið álpappír undir heitu grilli í 2 mínútur á annarri hliðinni.
d) Snúið flökum við og grillið í eina mínútu til viðbótar.
e) Penslið flökin með sweet chili gljáanum og setjið þau aftur á grillið þar til gljáinn byrjar að „brenna".
f) Eldunartími getur verið breytilegur eftir þykkt flaka; miða að því að halda fiskinum sjaldgæfum í miðjunni.
g) Takið af bakkanum og setjið á baunabeðið.

BAUNASALAT:
h) Létt blanchið hverja tegund af baun fyrir sig þar til hún er nýsoðin en samt stökk.
i) Endurnærðu hvítu baunirnar undir köldu vatni.
j) Klæðið baunirnar með sítrónusafa, sjávarsalti og extra virgin ólífuolíu.
k) Raðið grilluðum smjörfiskinum á disk með baunabeðinu.
l) Skreytið með viðbótar sweet chili gljáa ef vill.
m) Berið réttinn fram strax og njótið bragðmikillar blöndu af grilluðum smjörfiski og hressandi baunasalati.

46. Steikt lambakjöt með hunangssinnepssósu

HRÁEFNI:
- 5 pund lambaöxl (úrbein, rúlluð og bundin)
- ¼ bolli Olía
- 2 tsk Salt
- ½ tsk pipar
- 2 bollar hunangssinnepssósa

LEIÐBEININGAR:
a) Forhitið ofninn í 350°F.
b) Nuddaðu lambsöxlina með olíu.
c) Stráið salti og pipar yfir.
d) Steikið lambið í forhituðum ofni í 1½ klst.
e) Á síðustu 15 mínútum steikingar skaltu pensla lambið með hunangssinnepssósunni á 5 mínútna fresti.
f) Penslið einu sinni enn rétt áður en borið er fram.
g) Berið steikt lambið fram með afganginum af hunangssinnepssósunni til hliðar.

47.Nýsjálensk sætabrauð

HRÁEFNI:
BÆKUR
- 8 aura hveiti
- 2 aura Crisco
- 2 aura smjör (eða smjörlíki)
- 1 klípa af salti
- 2 til 3 matskeiðar vatn (u.þ.b.)

FYLLING:
- 4 aura Hrá kartöflur smátt skornar
- 4 aura nautahakk
- 2 aura Saxaður laukur
- 2 aura Fínt skornar RAWar gulrætur
- 1 únsa grænar baunir (valfrjálst)

LEIÐBEININGAR:
Fyrir sætabrauðið:
a) Sigtið hveiti og salt í skál.
b) Nuddið Crisco og smjörinu út í þar til sandi áferð er náð.
c) Búið til dæld í miðjuna og bætið við vatni.
d) Meðhöndlið deigið eins lítið og eins létt og hægt er.
e) Vefjið deiginu inn í smjörpappír og kælið í 24 klukkustundir.

Fyrir fyllinguna:
f) Fletjið deigið út í um það bil ⅛" þykkt.
g) Skerið sætabrauðið í 5 tommu þvermál hringi, notaðu fat sem leiðbeiningar.
h) Blandið saman í skál fínt skornum hráum kartöflum, nautahakkinu, saxuðum lauk, fínt skornum hráum gulrótum og grænum baunum (ef þær eru notaðar).
i) Vætið miðju hverrar kökuhring með smá vatni og setjið rausnarlega skeið af fyllingunni í miðjuna, passið að mynda hrúgu frekar en að vera flatt út.
j) Vætið brúnir deigsins með þeyttu eggi.
k) Brjótið deigið í tvennt og fletjið brúnirnar.
l) Setjið deigið upp þannig að flingurinn myndi kross að ofan og þrýstu með fingrunum til að búa til bylgjaðan sauma til skreytingar.
m) Penslið utan á hverja deig með þeyttu eggi.

Baka:
n) Forhitið ofninn í 275 gráður á Fahrenheit.
o) Bakið kökurnar í ¾ til 1 klukkustund eða þar til deigið er fallega brúnt.

48.Lambasteik með rósmarín og hvítlauk

HRÁEFNI:
- 1 lambalæri (um 2-3 kg)
- 4 hvítlauksgeirar, sneiddir
- Ferskir rósmaríngreinar
- Ólífuolía
- Salt og pipar eftir smekk
- 1 bolli rauðvín (valfrjálst)
- 1 bolli nauta- eða grænmetissoð

LEIÐBEININGAR:

a) Hitið ofninn í 180°C (160°C með blástur).
b) Skerið litla skurð í lambið og setjið sneiðar af hvítlauk og rósmaríngreinum.
c) Nuddið lambið með ólífuolíu og kryddið með salti og pipar.
d) Setjið lambið í steikarpönnu. Hellið rauðvíni og seyði út í.
e) Steikið í ofni í um 25 mínútur á hvert kíló fyrir medium-rare.
f) Stráið lambið af og til með pönnusafa.
g) Látið lambið hvíla í 15 mínútur áður en það er skorið út.

49. Hangi-stíl kjúklingur og grænmeti

HRÁEFNI:
- 4 kjúklingalundir
- 4 kartöflur, skrældar og helmingaðar
- 4 gulrætur, skrældar og helmingaðar
- 1 stór kumara (sæt kartafla), afhýdd og skorin í sneiðar
- 1 bolli grasker, afhýtt og skorið í teninga
- 1 laukur, afhýddur og skorinn í fjórða
- 2 matskeiðar bráðið smjör
- Salt og pipar eftir smekk
- 1 tsk malað kúmen
- 1 tsk reykt paprika

LEIÐBEININGAR:

a) Hitið ofninn í 200°C (180°C með blástur).
b) Setjið kjúkling og grænmeti í stóra steikarpönnu.
c) Dreypið bræddu smjöri yfir og stráið salti, pipar, kúmeni og reyktri papriku yfir.
d) Steikið í um 45-60 mínútur eða þar til kjúklingurinn er eldaður í gegn og grænmetið meyrt.

50.Paella með grænvörtuðum kræklingi

HRÁEFNI:
- 2 bollar Arborio hrísgrjón
- 1/2 kg grænhleyptur kræklingur, hreinsaður og afskeggður
- 1 laukur, smátt saxaður
- 2 hvítlauksgeirar, saxaðir
- 1 rauð paprika, skorin í teninga
- 1 tómatur, skorinn í teninga
- 1 tsk reykt paprika
- 1/2 tsk saffranþræðir
- 4 bollar fisk- eða grænmetissoð
- 1/2 bolli þurrt hvítvín
- Fersk steinselja til skrauts

LEIÐBEININGAR:
a) Á paella pönnu, steikið lauk og hvítlauk þar til það er mjúkt.
b) Bætið við hrísgrjónum, papriku, tómötum, reyktri papriku og saffran. Eldið í nokkrar mínútur.
c) Hellið hvítvíninu út í og látið gufa upp.
d) Bætið seyði út í og látið suðuna koma upp.
e) Raðið kræklingi ofan á hrísgrjónin og eldið þar til hrísgrjónin eru mjúk og kræklingurinn hefur opnast.
f) Skreytið með ferskri steinselju áður en það er borið fram.

51.Nýsjálensk kjöt- og sveppabaka

HRÁEFNI:
FYRIR FYLLINGU:
- 1/4 bolli (60 ml) jurtaolía
- Dálítið meira en 1 pund (500 g) nautahakk
- 1 laukur, smátt saxaður
- 2 hvítlauksgeirar, mjög smátt saxaðir
- 2 stórir Portobello sveppir, smátt saxaðir
- 2 gulrætur, skrældar og skornar í teninga
- 2 stönglar sellerí, af strengjum og skornir í sneiðar
- 1 lítil handfylli steinselja, smátt söxuð
- 1 lítil handfylli sellerí lauf, smátt saxað (eða notaðu meira steinselju ef það er ekki til)
- 1 msk fínt saxað ferskt mjúkt timjan
- 1 msk ferskt rósmarín, smátt saxað
- 1/2 matskeið heitt enskt sinnep (notaðu 1 matskeið ef þú notar ekki horopito lauf)
- 2 matskeiðar tómatmauk
- 1/4 tsk maluð Horopito lauf, eða eftir smekk (valfrjálst en mælt með)
- 1 1/4 tsk (7 g) Maldon sjávarsaltflögur
- 3 3/4 teskeiðar (20 g) maíssterkju
- 2 1/2 pund (1,2 kg) smjörlaufabrauð
- 1 bolli (120 g) gróft rifinn cheddar
- 1 egg, létt þeytt

FYRIR RÍKUR nautakjötsstofninn:
- 1 1/2 matskeiðar jurtaolía
- 10 1/2 aura (300 g) nautakjötsleifar, skornar í teninga
- 3 1/2 aura (100 g) stykki af beikonplötu, skorið í 3 cm teninga
- 1 laukur, óafhýddur, þunnt sneið
- 5 hvítlauksrif, óafhýdd, helminguð
- 6 timjangreinar
- 3 fersk lárviðarlauf
- 1 tsk svört piparkorn
- 1/4 bolli (65 ml) brennivín
- 6 1/2 bollar (1 1/2 lítri) hágæða kjúklingakraftur

LEIÐBEININGAR:
UNDIRBÚÐU RÍKUR nautakjötsbirgðir:

a) Hitið jurtaolíu og brúnt nautakjötsleifar og beikon í stórum potti. Bætið við sneiðum lauk, hvítlauk, timjan, lárviðarlaufum og svörtum pipar. Eldið þar til laukurinn er mjúkur. Bætið við brandy og eldið þar til það gufar upp.

b) Hellið kjúklingakraftinum út í og látið malla í um 1 klst. Sigtið og setjið til hliðar.

UNDIRBÚÐU FYLLINGuna:

c) Hitið jurtaolíu í stórri pönnu. Bætið nautahakkinu út í og eldið þar til það er brúnt. Bætið við saxuðum lauk, hvítlauk, sveppum, gulrótum og selleríi. Eldið þar til grænmetið er mjúkt.

d) Hrærið steinselju, selleríblöð, timjan, rósmarín, sinnepi, tómatmauk, horopito lauf (ef það er notað) og salti saman við. Blandið vel saman.

e) Leysið maíssterkju upp í smá vatni og bætið út í blönduna. Eldið þar til blandan þykknar. Takið af hitanum og látið kólna.

SAMLAÐU BÆTUNNI:

f) Forhitið ofninn í þann hita sem mælt er með fyrir laufabrauðið þitt.

g) Fletjið smjördeigið út og klæðið botninn á tertuformi. Fyllið með kældu kjötblöndunni, stráið rifnum cheddar yfir.

h) Hyljið með öðru lagi af laufabrauði. Lokið brúnunum og penslið með þeyttu eggi.

i) Bakið í forhituðum ofni þar til deigið er gullbrúnt og eldað í gegn.

j) Berið fram Nýja Sjálands kjötbökuna heita, með hlið af ríkulegu nautakjöti til að dýfa í.

52.Grænt karrý Pāua (Abalone) Hrærið

HRÁEFNI:

- 1 bolli hakkað pāua (abalone)
- 2 matskeiðar grænt karrýmauk
- 1 dós (400ml) kókosmjólk
- 1 bolli blandað grænmeti (pipar, snjóbaunir, gulrætur)
- 1 msk fiskisósa
- 1 matskeið sojasósa
- 1 matskeið púðursykur
- Fersk basilíkublöð til skrauts
- Soðin jasmín hrísgrjón

LEIÐBEININGAR:

a) Hitið lítið magn af olíu í wok eða pönnu og hrærið hakkað pāua þar til það er soðið.
b) Bætið við grænu karrýmauki og hrærið í eina mínútu.
c) Hellið kókosmjólk út í og látið suðuna koma upp.
d) Bætið við blönduðu grænmeti, fiskisósu, sojasósu og púðursykri. Eldið þar til grænmetið er mjúkt.
e) Berið karrýið fram yfir soðnum jasmíngrjónum og skreytið með fersku basilíkulaufi.

53. Grillaður blár þorskur með sítrónu og kryddjurtasmjöri

HRÁEFNI:
- 4 blá þorskflök
- 4 matskeiðar brætt smjör
- Safi úr 1 sítrónu
- Börkur af 1 sítrónu
- 2 matskeiðar ferskar kryddjurtir (steinselja, dill), saxaðar
- Salt og pipar eftir smekk

LEIÐBEININGAR:
a) Forhitið grillið eða grillið.
b) Kryddið bláþorskflökin með salti og pipar.
c) Grillið flökin þar til þau eru fullelduð.
d) Blandið í litla skál bræddu smjöri, sítrónusafa, sítrónuberki og ferskum kryddjurtum.
e) Dreypið sítrónu- og kryddjurtasmjörinu yfir grillaða bláþorskinn áður en hann er borinn fram.

54. Dádýra- og rauðvínspott

HRÁEFNI:
- 500g villibráð
- 1 laukur, saxaður
- 2 gulrætur, skrældar og skornar í sneiðar
- 2 hvítlauksgeirar, saxaðir
- 2 bollar rauðvín
- 1 bolli nautasoð
- 2 matskeiðar tómatmauk
- 1 matskeið ólífuolía
- 1 tsk þurrkað timjan
- Salt og pipar eftir smekk

LEIÐBEININGAR:
a) Hitið ólífuolíu yfir miðlungshita í stórum potti.
b) Brúnn villibráðarkjöt í skömmtum.
c) Bætið við saxuðum lauk, gulrótum og söxuðum hvítlauk. Steikið þar til grænmetið er mjúkt.
d) Hellið rauðvíni, nautakrafti, tómatmauki, þurrkuðu timjani, salti og pipar út í.
e) Lokið og bakið í ofni við 160°C í 2-3 tíma eða þar til dádýrið er orðið meyrt.
f) Berið fram yfir kartöflumús eða með skorpubrauði.

55.Hāngī-Style Lamba- og grænmetisplokkfiskur

HRÁEFNI:

- 500 g lambaöxl, skorin í teninga
- 4 kartöflur, skrældar og skornar í teninga
- 2 kúmara (sætar kartöflur), afhýddar og skornar í teninga
- 2 gulrætur, skrældar og skornar í sneiðar
- 1 laukur, saxaður
- 2 hvítlauksgeirar, saxaðir
- 2 bollar nauta- eða lambakjötssoð
- 2 tsk malað kúmen
- 2 tsk malað kóríander
- Salt og pipar eftir smekk
- Hakkað fersk mynta til skrauts

LEIÐBEININGAR:

a) Brúnið saxað lambið í stórum potti.
b) Bætið söxuðum lauk og söxuðum hvítlauk út í, steikið þar til það er mjúkt.
c) Hrærið kartöflum, kúmara, gulrótum, seyði, möluðu kúmeni og möluðu kóríander saman við.
d) Kryddið með salti og pipar, lokið á og látið malla þar til lambið er meyrt og grænmetið soðið.
e) Skreytið með saxaðri ferskri myntu áður en hún er borin fram.

56.Rewena Paraoa (Māori brauð) hamborgari

HRÁEFNI:
- Nauta- eða lambakjöts hamborgarabökur
- Rewena brauðsneiðar (úr Rewena Paraoa uppskriftinni í fyrra svari)
- Salatblöð
- Tómatsneiðar
- Laukhringir
- Rauðrófusneiðar
- Uppáhalds hamborgarasósan þín

LEIÐBEININGAR:
a) Grillið eða eldið hamborgarabökurnar að vild.
b) Ristar sneiðar af Rewena brauði.
c) Settu hamborgarana saman með því að setja salatblað á brauðsneið, fylgt eftir með hamborgarabollu, tómatsneiðum, laukhringjum, rauðrófusneiðum og uppáhaldssósunni þinni.
d) Toppið með annarri sneið af Rewena brauði.

57.Krabbar (Rokkhumar) Halar með hvítlaukssmjöri

HRÁEFNI:
- 4 kríuhalar, skipt í tvennt
- 1/2 bolli smjör, brætt
- 4 hvítlauksgeirar, saxaðir
- 2 matskeiðar fersk steinselja, söxuð
- Salt og pipar eftir smekk
- Sítrónubátar til framreiðslu

LEIÐBEININGAR:
a) Forhitið grillið eða grillið.
b) Blandið saman bræddu smjöri, söxuðum hvítlauk, saxaðri steinselju, salti og pipar í skál.
c) Penslið krabbahalana með hvítlaukssmjörsblöndunni.
d) Grillið krabbahalana þar til þeir eru eldaðir í gegn og aðeins kulnaðir.
e) Berið fram með sítrónubátum til hliðar.

58.Nýja-Sjálands grænt karrýlamb

HRÁEFNI:

- 500 g lamb, skorið í bita
- 2 matskeiðar grænt karrýmauk
- 1 dós (400ml) kókosmjólk
- 1 bolli grænar baunir, snyrtar
- 1 rauð paprika, skorin í sneiðar
- 1 bolli barnaspínat
- 2 matskeiðar fiskisósa
- 1 matskeið púðursykur
- Soðin jasmín hrísgrjón til framreiðslu

LEIÐBEININGAR:

a) Brúnið lambakjötið í teninga í wok eða stórri pönnu.
b) Bætið við grænu karrýmauki og hrærið í eina mínútu.
c) Hellið kókosmjólk, fiskisósu og púðursykri út í. Látið suðuna koma upp.
d) Bætið við grænum baunum og rauðri papriku, eldið þar til grænmetið er meyrt.
e) Hrærið barnaspínati saman við þar til það er visnað.
f) Berið fram yfir soðnum jasmín hrísgrjónum.

59. Hāngī kjúklingur með fyllingu

HRÁEFNI:
- 1 heill kjúklingur
- 2 bollar fyllingarblöndu
- 1 laukur, smátt saxaður
- 2 matskeiðar smjör
- Salt og pipar eftir smekk
- Ólífuolía

LEIÐBEININGAR:
a) Undirbúið fyllinguna samkvæmt leiðbeiningum á pakkanum.
b) Fylltu kjúklingaholið með tilbúnu fyllingunni.
c) Steikið saxaðan lauk á pönnu í smjöri þar til hann er mjúkur.
d) Nuddaðu kjúklinginn með ólífuolíu, salti og pipar.
e) Steikið kjúklinginn í ofni þar til hann er eldaður í gegn og gullinbrúnn.
f) Berið fram með viðbótarfyllingu til hliðar.

60.Māori Sjóða upp

HRÁEFNI:

- 500 g svínabein eða svínakjöt
- 1 laukur, saxaður
- 2 kartöflur, skrældar og skornar í teninga
- 2 kūmara (sætar kartöflur), afhýddar og skornar í teninga
- 1 bolli vatnskarsi eða spínat
- 1 bolli puha lauf (sáþistill) eða setjið meira spínat í staðinn
- 1 bolli grænar baunir, saxaðar
- Salt og pipar eftir smekk

LEIÐBEININGAR:

a) Í stórum potti, láttu svínabein eða svínakjöt sjóða í nægu vatni til að hylja.

b) Fjarlægðu hvaða froðu sem er og bætið svo söxuðum lauk, sneiðum kartöflum og kūmara út í.

c) Látið malla þar til kartöflurnar eru næstum mjúkar.

d) Bæta við vatnakarsa, puha laufum og grænum baunum. Haltu áfram að malla þar til allt grænmetið er soðið.

e) Kryddið með salti og pipar.

f) Berið fram heitt.

61.Blár þorskfiskur Tacos

HRÁEFNI:

- 500 g bláþorskflök, skorin í strimla
- 1 bolli hveiti
- 1 tsk lyftiduft
- 1 bolli bjór (lager virkar vel)
- 1 tsk paprika
- Salt og pipar eftir smekk
- Korn tortillur
- Rífið hvítkál
- Sneiddar radísur
- Lime bátar
- Ferskt kóríander til skrauts

LEIÐBEININGAR:

a) Blandið saman hveiti, lyftidufti, bjór, papriku, salti og pipar í skál til að gera deigið.
b) Dýfið bláum þorskstrimlum í deigið og leyfið umframmagn að leka af.
c) Steikið húðaða fiskinn í heitri olíu þar til hann er gullinbrúnn og stökkur.
d) Hitaðu maístortillurnar og settu saman tacos með rifnu hvítkáli, fiskstrimlum, sneiðum radísum, limebátum og fersku kóríander.

62.Kiwi-gljáður kjúklingur

HRÁEFNI:

- 4 kjúklingabringur
- 2 kívíávextir, skrældar og maukaðir
- 1/4 bolli sojasósa
- 2 matskeiðar hunang
- 2 matskeiðar ólífuolía
- 2 hvítlauksgeirar, saxaðir
- 1 tsk engifer, rifinn
- Salt og pipar eftir smekk
- Sesamfræ til skrauts

LEIÐBEININGAR:

a) Blandið saman maukuðum kívíávöxtum, sojasósu, hunangi, ólífuolíu, hakkaðri hvítlauk, rifnum engifer, salti og pipar í skál.
b) Marinerið kjúklingabringur í kívíblöndunni í að minnsta kosti 30 mínútur.
c) Forhitið grillið eða grillið.
d) Grillið kjúklinginn þar til hann er fulleldaður, stráið með marineringunni.
e) Skreytið með sesamfræjum áður en borið er fram.

SÚPUR OG KÆFUR

63. Kræklingakæfa með grænum vörum

HRÁEFNI:

- 1 kg grænhleyptur kræklingur, hreinsaður og afskeggður
- 2 matskeiðar smjör
- 1 laukur, saxaður
- 2 hvítlauksgeirar, saxaðir
- 2 kartöflur, skrældar og skornar í teninga
- 2 gulrætur, skrældar og skornar í sneiðar
- 4 bollar fisk- eða grænmetissoð
- 1 bolli rjómi
- 1 bolli mjólk
- Salt og pipar eftir smekk
- Hakkað fersk steinselja til skrauts

LEIÐBEININGAR:

a) Bræðið smjör í stórum potti og steikið saxaðan lauk og saxaðan hvítlauk þar til það er mjúkt.

b) Bætið við sneiðum kartöflum, sneiðum gulrótum og seyði. Látið malla þar til grænmetið er meyrt.

c) Bætið hreinsuðum kræklingi, rjóma og mjólk út í. Eldið þar til kræklingurinn opnast og er eldaður í gegn.

d) Kryddið með salti og pipar og skreytið með saxaðri ferskri steinselju.

64. Kumara (sætar kartöflur) og graskerssúpa

HRÁEFNI:
- 2 bollar kumara (sætar kartöflur), skrældar og skornar í teninga
- 2 bollar grasker, afhýtt og skorið í teninga
- 1 laukur, saxaður
- 2 hvítlauksgeirar, saxaðir
- 4 bollar grænmetissoð
- 1 tsk malað kúmen
- Salt og pipar eftir smekk
- Ólífuolía til matreiðslu
- Sýrður rjómi og graslauk til skrauts

LEIÐBEININGAR:

a) Hitið ólífuolíu yfir meðalhita í stórum potti. Bætið söxuðum lauk og hvítlauk út í, steikið þar til það er mjúkt.

b) Bætið við hægelduðum kumara og graskeri, hrærið til að hjúpa lauk- og hvítlauksblöndunni.

c) Hellið grænmetissoðinu út í, bætið möluðu kúmeni, salti og pipar út í.

d) Látið suðuna koma upp, lækkið síðan hitann og látið malla þar til grænmetið er meyrt.

e) Notaðu blöndunartæki til að mauka súpuna þar til hún er mjúk.

f) Berið fram heitt, skreytt með klút af sýrðum rjóma og söxuðum graslauk.

65.Kumara (sætar kartöflur) og beikonsúpa

HRÁEFNI:
- 2 stórar kumara (sætar kartöflur), afhýddar og skornar í teninga
- 1 laukur, saxaður
- 2 hvítlauksgeirar, saxaðir
- 4 bollar kjúklinga- eða grænmetissoð
- 200 g beikon, saxað
- 1 bolli rjómi
- Salt og pipar eftir smekk
- Ferskur graslaukur til skrauts

LEIÐBEININGAR:

a) Steikið saxaðan lauk og saxaðan hvítlauk í stórum potti þar til það er mjúkt.

b) Bætið við hægelduðum kumara og söxuðu beikoni, eldið þar til beikonið er stökkt.

c) Hellið soðinu út í, látið suðuna koma upp, lækkið síðan hitann og látið malla þar til kúmaran er meyr.

d) Notaðu blöndunartæki til að mauka súpuna þar til hún er mjúk.

e) Hrærið rjóma saman við og kryddið með salti og pipar.

f) Skreytið með ferskum graslauk áður en hann er borinn fram.

66.Kræklingakæfa með grænum vörum

HRÁEFNI:

- 1 kg grænhleyptur kræklingur, hreinsaður og afskeggður
- 2 matskeiðar smjör
- 1 laukur, saxaður
- 2 hvítlauksgeirar, saxaðir
- 2 kartöflur, skrældar og skornar í teninga
- 2 gulrætur, skrældar og skornar í sneiðar
- 4 bollar fisk- eða grænmetissoð
- 1 bolli rjómi
- Salt og pipar eftir smekk
- Hakkað fersk steinselja til skrauts

LEIÐBEININGAR:

a) Bræðið smjör í stórum potti og steikið saxaðan lauk og saxaðan hvítlauk þar til það er mjúkt.

b) Bætið við sneiðum kartöflum, sneiðum gulrótum og seyði. Látið malla þar til grænmetið er meyrt.

c) Bætið hreinsuðum kræklingi, rjóma út í og eldið þar til kræklingurinn opnast og er eldaður í gegn.

d) Kryddið með salti og pipar og skreytið með saxaðri ferskri steinselju.

67.Grasker og Paua (Abalone) súpa

HRÁEFNI:

- 500 g grasker, afhýtt og skorið í teninga
- 1 laukur, saxaður
- 2 hvítlauksgeirar, saxaðir
- 1 bolli paua (abalone), sneið
- 4 bollar kjúklinga- eða grænmetissoð
- 1 tsk malað kúmen
- 1 tsk malað kóríander
- Salt og pipar eftir smekk
- Ólífuolía til matreiðslu
- Grísk jógúrt til skrauts

LEIÐBEININGAR:

a) Í stórum potti, steikið saxaðan lauk og hakkaðan hvítlauk í ólífuolíu þar til það er mjúkt.

b) Bætið við hægelduðum graskeri og sneiðum paua, hrærið til að hjúpa lauk- og hvítlauksblöndunni.

c) Hellið soðinu út í, bætið möluðu kúmeni og kóríander út í. Látið suðuna koma upp, lækkið síðan hitann og látið malla þar til graskerið er meyrt.

d) Notaðu blöndunartæki til að mauka súpuna þar til hún er mjúk.

e) Kryddið með salti og pipar og berið fram með ögn af grískri jógúrt.

68. Kræklinga- og kartöflukæfa

HRÁEFNI:

- 1 kg kræklingur, hreinsaður og afskeggður
- 2 matskeiðar smjör
- 1 laukur, saxaður
- 2 sellerístilkar, saxaðir
- 2 kartöflur, skrældar og skornar í teninga
- 4 bollar fisk- eða grænmetissoð
- 1 bolli mjólk
- 2 matskeiðar hveiti
- Salt og pipar eftir smekk
- Ferskt dill til skrauts

LEIÐBEININGAR:

a) Bræðið smjör í stórum potti og steikið saxaðan lauk og sellerí þar til það er mjúkt.
b) Bætið kartöflum saman við og eldið í nokkrar mínútur.
c) Hellið soðinu út í og látið sjóða þar til kartöflurnar eru orðnar meyrar.
d) Í sérstakri skál, blandaðu hveiti með smá mjólk til að búa til slétt deig. Hrærið í pottinn til að þykkna kæfu.
e) Bætið hreinsuðum kræklingi út í og eldið þar til þeir opnast. Hellið afganginum af mjólkinni út í.
f) Kryddið með salti og pipar og skreytið með fersku dilli áður en það er borið fram.

69. Grasker og beikonsúpa

HRÁEFNI:
- 500 g grasker, afhýtt og skorið í teninga
- 200 g beikon, saxað
- 1 laukur, saxaður
- 2 hvítlauksgeirar, saxaðir
- 4 bollar kjúklinga- eða grænmetissoð
- 1 tsk malaður múskat
- Salt og pipar eftir smekk
- Ólífuolía til matreiðslu
- Sýrður rjómi til skrauts

LEIÐBEININGAR:

a) Í stórum potti, steikið saxaðan lauk, saxaðan hvítlauk og saxað beikon í ólífuolíu þar til beikonið er stökkt.

b) Bætið við hægelduðum graskeri, möluðu múskati og hrærið til að sameina.

c) Hellið soðinu út í og látið suðuna koma upp, lækkið síðan hitann og látið malla þar til graskerið er meyrt.

d) Notaðu blöndunartæki til að mauka súpuna þar til hún er mjúk.

e) Kryddið með salti og pipar og skreytið með sýrðum rjóma áður en það er borið fram.

70. Kūmara og kókossúpa

HRÁEFNI:

- 2 stórar kūmara (sætar kartöflur), afhýddar og skornar í teninga
- 1 laukur, saxaður
- 2 hvítlauksgeirar, saxaðir
- 1 dós (400ml) kókosmjólk
- 4 bollar grænmetissoð
- 1 tsk malað túrmerik
- 1 tsk malað kúmen
- Salt og pipar eftir smekk
- Ferskt kóríander til skrauts

LEIÐBEININGAR:

a) Steikið saxaðan lauk og saxaðan hvítlauk í stórum potti þar til það er mjúkt.

b) Bæta við hægelduðum kūmara, malað túrmerik og malað kúmeni. Hrærið til að húða grænmetið.

c) Hellið kókosmjólk og grænmetissoði út í. Látið suðuna koma upp, lækkið síðan hitann og látið malla þar til kūmara er mjúkt.

d) Notaðu blöndunartæki til að mauka súpuna þar til hún er mjúk.

e) Kryddið með salti og pipar og skreytið með fersku kóríander áður en það er borið fram.

71.Græn erta og skinkusúpa

HRÁEFNI:
- 2 bollar grænar baunir (ferskar eða frosnar)
- 200 g skinka, í teningum
- 1 laukur, saxaður
- 2 gulrætur, skrældar og skornar í sneiðar
- 2 kartöflur, skrældar og skornar í teninga
- 4 bollar kjúklinga- eða grænmetissoð
- 1 lárviðarlauf
- Salt og pipar eftir smekk
- Ferskt timjan til skrauts

LEIÐBEININGAR:

a) Steikið saxaðan lauk í stórum potti þar til hann er mjúkur.

b) Bæta við hægelduðum skinku, sneiðum gulrótum, hægelduðum kartöflum, grænum ertum og lárviðarlaufi. Hrærið til að blanda saman.

c) Hellið soðinu út í og látið sjóða þar til grænmetið er meyrt.

d) Fjarlægðu lárviðarlaufið og notaðu blöndunartæki til að mauka hluta af súpunni og skildu eftir nokkra bita fyrir áferðina.

e) Kryddið með salti og pipar og skreytið með fersku timjan áður en það er borið fram.

72. Svínakjöts- og kersisúpa

HRÁEFNI:
- 500 g svínahryggur, þunnar sneiðar
- 1 búnt vatnakarsa, saxað
- 1 laukur, saxaður
- 2 hvítlauksgeirar, saxaðir
- 4 bollar kjúklinga- eða svínasoð
- 1 bolli snjóbaunir, snyrtar
- 1 bolli baunaspíra
- Sojasósa eftir smekk
- Sesamolía til að drekka

LEIÐBEININGAR:

a) Steikið saxaðan lauk og saxaðan hvítlauk í stórum potti þar til það er mjúkt.
b) Bætið við þunnt sneiðum svínahrygg og eldið þar til það er brúnt.
c) Hellið kjúklinga- eða svínasoði út í og látið sjóða.
d) Bætið við söxuðum karsa, snjóbaunum og baunaspírum. Eldið þar til grænmetið er meyrt.
e) Kryddið með sojasósu eftir smekk og dreypið sesamolíu yfir áður en borið er fram.

73. Nýsjálenskur sjávarréttakæfa

HRÁEFNI:
- 200 g hvítfiskflök, skorin í bita
- 200 g kræklingur, hreinsaður og afskeggður
- 200 g rækjur, afhýddar og afvegaðar
- 2 matskeiðar smjör
- 1 laukur, saxaður
- 2 gulrætur, skrældar og skornar í teninga
- 2 kartöflur, skrældar og skornar í teninga
- 4 bollar fisk- eða grænmetissoð
- 1 bolli mjólk
- 1/2 bolli rjómi
- Salt og pipar eftir smekk
- Hakkað fersk steinselja til skrauts

LEIÐBEININGAR:

a) Bræðið smjör í stórum potti og steikið saxaðan lauk þar til hann er mjúkur.

b) Bæta við hægelduðum gulrótum, hægelduðum kartöflum og seyði. Látið malla þar til grænmetið er meyrt.

c) Bætið við hægelduðum hvítfiski, hreinsuðum kræklingi og afhýddum rækjum. Eldið þar til sjávarfangið er eldað í gegn.

d) Hellið mjólk og rjóma út í. Látið malla þar til það er hitað í gegn.

e) Kryddið með salti og pipar og skreytið með saxaðri ferskri steinselju áður en borið er fram.

74.Hāngī grænmetissúpa

HRÁEFNI:
- 2 kūmara (sætar kartöflur), afhýddar og skornar í teninga
- 2 kartöflur, skrældar og skornar í teninga
- 2 gulrætur, skrældar og skornar í sneiðar
- 1 laukur, saxaður
- 2 hvítlauksgeirar, saxaðir
- 1 bolli puha lauf (sáþistill) eða spínat
- 4 bollar grænmetissoð
- 1 tsk malað kóríander
- 1 tsk malað kúmen
- Salt og pipar eftir smekk
- Ólífuolía til matreiðslu

LEIÐBEININGAR:

a) Í stórum potti, steikið saxaðan lauk og hakkaðan hvítlauk í ólífuolíu þar til það er mjúkt.

b) Bæta við hægelduðum kūmara, hægelduðum kartöflum, sneiðum gulrótum og malaðri kóríander. Hrærið til að húða grænmetið.

c) Hellið grænmetissoði út í og látið suðuna koma upp, lækkið síðan hitann og látið malla þar til grænmetið er meyrt.

d) Bætið við puha laufum eða spínati og eldið þar til það er visnað.

e) Kryddið með möluðu kúmeni, salti og pipar áður en það er borið fram.

MEÐLÖG OG SALÖT

75.Nýja Sjálands spínatgratín

Hráefni:
- 1 pund (450 g) Nýja Sjálands spínat, þvegið og saxað
- 2 matskeiðar ólífuolía
- 1 laukur, smátt saxaður
- 2 hvítlauksgeirar, saxaðir
- Salt og pipar, eftir smekk
- 1 bolli (240ml) þungur rjómi
- 1 bolli (100 g) rifinn Gruyere- eða parmesanostur
- 2 matskeiðar brauðrasp

LEIÐBEININGAR:
a) Forhitaðu ofninn þinn í 375°F (190°C).
b) Hitið ólífuolíuna yfir miðlungshita í stórri pönnu. Bætið söxuðum lauknum og söxuðum hvítlauk út í. Steikið þar til laukurinn er orðinn mjúkur og hálfgagnsær.
c) Bætið söxuðu Nýja Sjálandi spínatinu á pönnuna. Eldið í nokkrar mínútur þar til spínatið visnar. Kryddið með salti og pipar eftir smekk.
d) Hitið þungan rjómann yfir miðlungshita í sérstökum potti. Þegar hann hefur hitnað, bætið rifnum osti út í og hrærið þar til hann bráðnar. Kryddið með auka salti og pipar ef þarf.
e) Blandið steiktu spínatblöndunni saman við osta- og rjómablönduna. Blandið vel saman til að húða spínatið jafnt.
f) Flyttu blöndunni yfir í eldfast mót, dreifðu henni jafnt yfir.
g) Stráið brauðmylsnu ofan á spínatblönduna. Þetta bætir stökkri áferð við gratíníð.
h) Bakið í forhituðum ofni í um 20-25 mínútur eða þar til toppurinn er gullinbrúnn og gratíníð freyðandi.
i) Takið úr ofninum og látið kólna í nokkrar mínútur áður en það er borið fram. Berið fram Nýja Sjálands spínatgratíníð sem meðlæti eða léttan aðalrétt.

76.Hāngī-innblásnar bakaðar baunir

HRÁEFNI:
- 2 dósir (15 oz hver) cannellini baunir, tæmdar og skolaðar
- 1 laukur, smátt saxaður
- 2 hvítlauksgeirar, saxaðir
- 1 bolli tómat passata (maukaðir tómatar)
- 1/4 bolli púðursykur
- 2 matskeiðar Worcestershire sósa
- Salt og pipar eftir smekk

LEIÐBEININGAR:

a) Forhitið ofninn í 180°C (350°F).

b) Blandið saman cannellini baunum, saxuðum lauk, hakkaðri hvítlauk, tómatpassata, púðursykri og Worcestershire sósu í eldfast mót.

c) Kryddið með salti og pipar, hrærið vel og hyljið fatið með álpappír.

d) Bakið í um 30-40 mínútur eða þar til baunirnar eru orðnar meyrar og bragðið vel blandað saman.

e) Berið fram sem dýrindis hlið eða á ristað brauð fyrir staðgóðan morgunmat.

77.Kúmara og spínat salat með grilluðu Halloumi

HRÁEFNI:
- 2 bollar kúmara (sætar kartöflur), skrældar og skornar í teninga
- 200 g halloumi ostur, skorinn í sneiðar
- 4 bollar barnaspínat
- 1/4 bolli graskersfræ
- 1/4 bolli ólífuolía
- 2 matskeiðar balsamik edik
- 1 matskeið hunang
- Salt og pipar eftir smekk

LEIÐBEININGAR:
a) Gufu eða steikið kúmara þar til það er mjúkt.
b) Grillið halloumi sneiðar á pönnu þar til þær eru gullinbrúnar á báðum hliðum.
c) Í stórri skál skaltu sameina barnaspínat, kúmara, grillað halloumi og graskersfræ.
d) Þeytið saman ólífuolíu, balsamikediki, hunangi, salti og pipar í lítilli skál.
e) Dreypið dressingunni yfir salatið áður en það er borið fram.

78. Niðursuðu Nýja Sjálands spínat

HRÁEFNI:
- 2 til 6 pund af fersku, ungu og mjúku nýsjálensku spínati

Aðferð (heitur pakki):
a) Veldu nývalið, ungt og mjúkt spínat.
b) Skipuleggja og undirbúa allan nauðsynlegan búnað og vinnusvæðið þitt.
c) Þvoðu spínatið vandlega í nokkrum skipti af vatni og taktu það varlega til að fjarlægja óhreinindi.
d) Fjarlægðu alla harða stilka og miðjaðar af spínatinu.
e) Settu tilbúna spínatið í stóran pott með réttu vatni til að koma í veg fyrir að það festist. Venjulega nægir vatnið sem loðir við laufblöðin.
f) Hitið spínatið aðeins þar til það visnar, snúið spínatinu við þegar gufan byrjar að rísa um brúnir pönnunnar. Áður en pakkað er, skerið í gegnum spínatið nokkrum sinnum með beittum hníf eða eldhússkæri.
g) Pakkaðu heitu spínatinu mjög lauslega í heita pint- eða kvartskrukkur og skildu eftir 1 tommu bil frá toppunum. Mögulega skaltu bæta ½ teskeið af salti í hverja lítra krukku, eða 1 teskeið í hvern lítra.
h) Helltu sjóðandi vatni í krukkurnar og skildu eftir 1 tommu bil frá toppunum.
i) Þurrkaðu toppa og þræði krukkanna með rökum, hreinum klút.
j) Settu lok og skrúfbönd á eftir leiðbeiningum framleiðanda.
k) Vinnið krukkurnar við 10 punda þrýsting: 1 klukkustund og 10 mínútur fyrir lítra, eða 1 klukkustund og 30 mínútur fyrir lítra.

79. Þriggja lita Nýja Sjálands salat

HRÁEFNI:
- 4 Kiwi ávextir
- 1 stór tómatur
- 1 agúrka
- 2 avókadó
- Ferskir basilíkukvistar
- ½ bolli appelsínusafi
- 1 tsk Balsamic edik
- ½ tsk Dijon sinnep

LEIÐBEININGAR:
a) Þvoið og klippið endana af kívíunum.
b) Skerið kívíana í ¼" þykkar sneiðar.
c) Skerið tómatana í báta.
d) Skerið gúrkuna í sneiðar.
e) Flysjið og skerið avókadóið í sneiðar.
f) Raðið kiwi sneiðum, tómatbátum, gúrkusneiðum og sneiðum avókadóum jafnt á milli fjögurra salatdiska.
g) Skreytið hvern disk með ferskum basilíkukvistum.
h) Í lítilli skál, þeytið saman appelsínusafa, balsamik edik og Dijon sinnep þar til það hefur blandast vel saman.
i) Dreypið dressingunni yfir tilbúna salatdiskana rétt áður en hún er borin fram.

80. Nýja Sjáland Brún hrísgrjón og Kiwi salat

HRÁEFNI:

- 1 bolli Brún hrísgrjón
- 2 Kiwi
- 1 nýtt Granny Smith eða Braeburn epli
- ½ bolli Sellerí í þunnar sneiðar
- ½ bolli Rauðpiparstrimlar
- ¼ bolli Ristaðir valhnetubitar
- ¼ bolli Þunnt sneiddur grænn laukur
- 2 matskeiðar Hakkað steinselja
- 3 matskeiðar Sherry edik
- 1 matskeið Ólífuolía

LEIÐBEININGAR:

a) Sjóðið hýðishrísgrjónin í vatni samkvæmt leiðbeiningum á pakka.
b) Tæmið og látið kólna.
c) Afhýðið kiwi ávextina og skerið þá í ¼ tommu þykkar sneiðar. Skerið sneiðarnar í tvennt til að mynda hálfhringi.
d) Kjarnið eplið og skerið það í ½ tommu teninga.
e) Skerið selleríið þunnt, skerið paprikuna í strimla og ristið valhnetubitana.
f) Í salatskál, blandið saman soðnum brúnum hrísgrjónum, kiwi ávöxtum, sneiðum eplum, þunnt sneiðum sellerí, rauðum piparstrimlum, ristuðum valhnetubitum, grænum lauk og saxaðri steinselju.
g) Blandið saman sherry-ediki og ólífuolíu í sérstakri skál.
h) Dreypið ediki og olíublöndunni yfir salatið.
i) Hrærið salatinu til að tryggja að allt hráefni sé vel húðað með dressingunni.
j) Lokið salatinu og kælið í 1-2 klukkustundir til að leyfa bragðinu að blandast áður en það er borið fram.

81. Nýsjálensk appelsína með papaya hrísgrjónum og sósu

HRÁEFNI:
FYRIR hrísgrjónin:
- 3 bollar Parboiled hvít hrísgrjón eða tuttugu mínútna hrísgrjón
- 6 bollar Papaya safi
- 2 matskeiðar smjörlíki
- 1½ tsk Salt
- ¼ bolli ferskur graslaukur, saxaður

FYRIR FISKINN:
- 4½ pund Orange Roughy (eða 12 sex únsa flök)
- 12 aura Sjávarfangsgljái og bastingsósa

FYRIR KRYDDA ÁVAXTASÖLSU:
- 2 papaya, skrældar, fræhreinsaðar og skornar í teninga
- 2 Kiwi ávextir, skrældir og skornir í teninga
- 1 stór rauð paprika, fræhreinsuð og skorin í teninga
- 1 stór rauðlaukur, skorinn í bita
- 2 Jalapeno paprikur, fræhreinsaðar og söxaðar
- ¼ bolli ferskur lime safi
- ¼ bolli ferskur sítrónusafi

UNDIRKYND:
- Salat
- Gufusoðnar grænar baunir

LEIÐBEININGAR:
FYRIR KRYDDA ÁVAXTASÖLSU:
a) Blandið öllu sósu hráefninu saman í skál.
b) Lokið og kælið þar til tilbúið til framreiðslu.
FYRIR hrísgrjónin:
c) Látið papayasafa sjóða í potti.
d) Bætið smjörlíki og salti út í og hrærið síðan hrísgrjónunum saman við.
e) Lækkið hitann, lokið á og látið malla í 20 mínútur.
f) Áður en borið er fram skaltu bæta við söxuðum graslauk.
FYRIR FISKINN:
g) Skolaðu appelsínugulu flökin undir köldu vatni og þurrkaðu þau.
h) Grillið flökin við meðalhita, 6 tommur frá hitagjafanum, í 3 til 4 mínútur á hvorri hlið eða þar til fiskurinn flagnar auðveldlega með gaffli.
i) Þeytið flökin með tilbúnum sjávarréttagljáa og bastingsósu.
SAMSETNING:
j) Berið fram hvert appelsínugult flak með ríkulegum skammti af krydduðu ávaxtasósunum.
k) Diskaðu fiskinn með hlið af papaya hrísgrjónum og gufusoðnum grænum baunum.
l) Látið ferskt salat fylgja með sem hressandi meðlæti.

82.Kūmara (sætar kartöflur) fleygar

HRÁEFNI:
- 2 stórar kūmara (sætar kartöflur), skrúbbaðar og skornar í báta
- 2 matskeiðar ólífuolía
- 1 tsk reykt paprika
- 1 tsk malað kúmen
- Salt og pipar eftir smekk
- Fersk steinselja til skrauts

LEIÐBEININGAR:
a) Hitið ofninn í 200°C (180°C með blástur).
b) Í skál skaltu kasta kūmara bátum með ólífuolíu, reyktri papriku, malað kúmeni, salti og pipar.
c) Dreifið bátunum á ofnplötu í einu lagi.
d) Steikið í ofni í 25-30 mínútur eða þar til gullið og stökkt.
e) Skreytið með ferskri steinselju áður en það er borið fram.

83. Hasselback kartöflur

Hráefni:
- 6 meðalstórar hveiti-/steiktar eða alhliða kartöflur, skrúbbaðar
- 50 g smjör
- 2 matskeiðar ólífuolía

LEIÐBEININGAR:

a) Skerið hverja kartöflu í þunnar sneiðar sem stoppa um 0,5–1 cm á undan kartöflubotninum.

b) Það eru nokkrar leiðir til að gera þetta, en mér finnst gott að setja kartöflu á milli tveggja 6mm þykkra bretta, diska eða tréskeiðaskafta, svo hnífurinn minn geti ekki sneið alla leið í gegn.

c) Veldu eldfast mót eða steikarpönnu sem passar kartöflunum vel (ekki þétt) og með hliðum sem eru ekki of háar (3–5 cm hár er gott).

d) Bræðið smjörið og ólífuolíuna á pönnu yfir hellunni og hrærið 1 tsk salti saman við.

e) Snúðu kartöflunum í þetta til að hjúpast vel og raðaðu síðan niður með andlitinu upp.

f) Hellið nægu sjóðandi vatni út í til að ná um það bil fjórðungi upp á kartöflurnar.

g) Steikið í 1 klukkustund og 15 mínútur, stráið með smjörlíku vatni á 15 mínútna fresti.

h) Bætið við aðeins meira vatni á síðustu 30 mínútunum ef það gufar upp.

84. Nýja Sjálands kartöflusalat

HRÁEFNI:
- 4 bollar soðnar og skornar kartöflur
- 1/2 bolli majónesi
- 1 matskeið Dijon sinnep
- 2 matskeiðar eplasafi edik
- 1 laukur, smátt saxaður
- 4 harðsoðin egg, saxuð
- Salt og pipar eftir smekk
- Ferskur graslaukur til skrauts

LEIÐBEININGAR:

a) Blandið saman majónesi, Dijon sinnepi, eplasafi ediki, salti og pipar í stórri skál.

b) Bætið við soðnum og hægelduðum kartöflum, söxuðum lauk og harðsoðnum eggjum. Kasta til að húða.

c) Skreytið með ferskum graslauk áður en hann er borinn fram.

d) Kældu í kæli áður en það er borið fram fyrir besta bragðið.

85. Kīnaki salat (tómatsalat og avókadó)

HRÁEFNI:
- 4 þroskaðir tómatar, skornir í teninga
- 2 avókadó, skorin í teninga
- 1 rauðlaukur, þunnt sneið
- 1/4 bolli hakkað ferskt kóríander
- Safi úr 1 lime
- 2 matskeiðar ólífuolía
- Salt og pipar eftir smekk

LEIÐBEININGAR:
a) Í stórri skál, blandaðu saman niðurskornum tómötum, hægelduðum avókadó, þunnt sneiðum rauðlauk og hakkað kóríander.
b) Í lítilli skál, þeytið saman limesafa, ólífuolíu, salti og pipar.
c) Hellið dressingunni yfir salatið og hrærið varlega til að hjúpa.
d) Berið fram strax sem frískandi salat með hliðinni.

86. Hólsalat með eplum og valhnetum

HRÁEFNI:
- 4 bollar rifið hvítkál (grænt og rautt)
- 1 gulrót, rifin
- 1 epli, þunnt sneið
- 1/2 bolli saxaðar valhnetur
- 1/2 bolli majónesi
- 2 matskeiðar eplaedik
- 1 matskeið hunang
- Salt og pipar eftir smekk

LEIÐBEININGAR:
a) Í stórri skál skaltu sameina rifið hvítkál, rifna gulrót, sneið epli og saxaðar valhnetur.
b) Í lítilli skál, þeytið saman majónesi, eplaediki, hunangi, salti og pipar.
c) Hellið dressingunni yfir hvítkálið og blandið þar til það hefur blandast vel saman.
d) Geymið í kæli í að minnsta kosti 30 mínútur áður en það er borið fram til að leyfa bragðinu að blandast saman.

87.Sowthistle Sósu

Hráefni:
- 2 x hvítlauksrif
- 60g gyltuþistill
- 100 g bleytar heslihnetur
- 15 g steinselja
- ¼ teskeið af sjávarsalti
- 2 teskeiðar af kóreskum rauðum chiliflögum
- 4 matskeiðar af ólífuolíu
- 10 kirsuberjatómatar (saxaðir)

LEIÐBEININGAR:

a) Leggið heslihneturnar í sjóðandi vatni í 60 mínútur. Sigtið og skolið vandlega.

b) Leggið gyltuþistilinn í bleyti í köldu vatni í 60 mínútur. Fjarlægðu síðan blaðablöðin af stærri blöðunum og fargaðu blaðstönglunum. Ekki nenna að gera þetta með smærri blöðin, þar sem stilkarnir þeirra eru ekki orðnir strengir.

c) Myljið hvítlauksrif og leyfið að standa í 15 mínútur. Þetta „kveikir á ensímhvarfi sem eykur heilbrigðu efnasamböndin í hvítlauk. REF

d) Í matvinnsluvél er heslihnetunum, rifnum gyltuþistill, steinselju, hvítlauk, sjávarsalti, ólífuolíu, rauðum kóreskum chilliflögum bætt við. Púlsaðu síðan þar til það er saxað og blandað saman. Þú vilt þykka samkvæmni, ekki rennandi.

e) Saxið nú tómatana setta í skál og skeiðið út sátuþistilblönduna. Skellið tómötunum í gegnum sósusið.

f) Berið svo fram sem sósu með uppáhaldsréttinum þínum. Hefðbundið borið fram með grilluðu kjöti, en fyrir fólk sem byggir á plöntum mæli ég með að bera fram með hnetubrauði, bökuðu tempeh, steiktu grænmeti og/eða kartöflum o.fl.

EFTIRLIT OG SÆTGI

88.Nýsjálensk svampkaka

HRÁEFNI:

- 3 egg
- Klípa af salti
- 1 bolli hveiti
- ¾ bolli fínn sykur (má nota venjulegan sykur)
- 1 tsk lyftiduft
- 50 grömm smjör, brætt (um það bil 2 aura)

LEIÐBEININGAR:

a) Þeytið egg í blöndunarskál og bætið við klípu af salti. Haltu áfram að þeyta þar til blandan er orðin þykk.
b) Sigtið saman hveiti og lyftiduft og bætið svo blöndunni út í eggin.
c) Blandið bræddu smjöri saman við eggja- og hveitiblönduna.
d) Smyrjið og klæðið djúpt 20 cm (8 tommu) kringlótt kökuform.
e) Hellið deiginu í tilbúið kökuform.
f) Bakið við 190°C (375°F) í 25-30 mínútur eða þar til kakan springur aftur þegar hún er snert létt.
g) Látið kökuna kólna í forminu í 10 mínútur áður en hún er sett á kæligrind.

89.Nýsjálensk Kiwi ostakaka

HRÁEFNI:
SKORPU:
- 1½ bollar Graham Cracker mola
- ¼ bolli Kornsykur
- 6 matskeiðar smjör, brætt

OSTAKAKA:
- 1½ pund rjómaostur
- 1 bolli kornsykur
- 2 matskeiðar Mjólk
- ¼ tsk Salt
- 1 tsk vanilluþykkni
- 4 stór egg, örlítið þeytt

ÁFLAG:
- 1 bolli sýrður rjómi
- 3 matskeiðar sælgætissykur
- ½ tsk vanilluþykkni

SKREYTA:
- 2 Kiwi ávextir, skrældir og sneiddir

LEIÐBEININGAR:
a) Forhitaðu ofninn: Forhitaðu ofninn í 350 gráður F.
UNDIRBÚÐU SKORPAN:
b) Í blöndunarskál, blandaðu saman graham kex mola, kornsykri og bræddu smjöri.
c) Þrýstu blöndunni á botninn og að hluta til upp hliðarnar á smurðri 9 tommu springformi.
d) Bakið í 10 mínútur í forhituðum ofni. Látið kólna áður en fyllt er á.
UNDIRBÚÐU OSTAKAKA:
e) Í stórri blöndunarskál, þeytið saman rjómaost, mjólk, salt og vanillu þar til það er vel blandað saman.
f) Bætið eggjum og strásykri saman við og þeytið áfram þar til blandan er orðin ljós og rjómalöguð.
g) Hellið ostakökublöndunni í tilbúna skorpuna og bakið í 35 mínútur eða þar til hún er ljósbrúnt og stíflað í miðjunni.
h) Takið kökuna úr ofninum og kælið í 10 mínútur.
UNDIRBÚÐU ÁLAGIÐ:
i) Blandið saman sýrðum rjóma, sælgætissykri og vanillu í sérstakri skál.
j) Dreifið álegginu yfir kældu ostakökuna.
k) Setjið kökuna aftur í ofninn og bakið í 15 mínútur til viðbótar.
l) Kældu ostakökuna að stofuhita og kældu síðan í kæli þar til hún er köld.
m) Skreytið toppinn á kökunni rétt áður en hún er borin fram með sneiðum af kíví.
n) Njóttu dýrindis Nýja Sjálands Kiwi ostaköku!

90. Nýja Sjáland Pavlova

HRÁEFNI:
- 4 eggjahvítur
- 1¼ bollar strásykur (kornaður).
- 1 tsk hvítt edik
- 1 tsk Vanillu essens (þykkni)
- 1 matskeið maísmjöl (maissterkja)
- ½ lítri rjómi
- 2 Kiwi ávextir
- 4 ástríðuávextir

LEIÐBEININGAR:

a) Forhitið ofninn í 180°C (356°F).
b) Þeytið eggjahvítur og sykur með rafmagnshrærivél í 10 mínútur eða þar til þær eru þykkar og gljáandi.
c) Blandið ediki, vanilludropum og maísmjöli saman við.
d) Bætið blöndunni út í marengsinn.
e) Þeytið á miklum hraða í 5 mínútur til viðbótar.
f) Klæðið ofnskúffu með bökunarpappír (ekki smyrja).
g) Teiknaðu 22 cm hring á bökunarpappírinn.
h) Dreifið pavlovablöndunni á bökunarpappírinn innan við 2 cm frá brún hringsins.
i) Haltu löguninni eins hringlaga og jafna og mögulegt er.
j) Sléttu yfirborðið yfir.
k) Settu pavlovana í forhitaðan ofninn og lækkaðu síðan ofnhitann í 100°C (212°F).
l) Bakið pavlova í 1 klst.
m) Slökktu á ofninum, opnaðu ofnhurðina örlítið og láttu pavlovana vera í ofninum þar til hún er köld.
n) Lyftu pavlóvunni varlega á framreiðsludisk.
o) Skreytið með þeyttum rjóma, sneiðum kiwi ávöxtum og kvoða af ferskum ástríðuávöxtum.

91.Tim Tam Drukknaði

HRÁEFNI:
- 1 skeið af súkkulaði gelato eða ís
- 1 skot af espressó
- 1 matskeið af amarula
- mulið Tim Tam kex

LEIÐBEININGAR:
a) Setjið skeið af súkkulaðigelati eða ís í glas.
b) Hellið skoti af heitu espresso yfir gelatoðið.
c) Bætið matskeið af amarula við Drukknaði.
d) Stráið muldum Tim Tam kex yfir.
e) Berið fram strax og njóttu yndislegrar samsetningar af súkkulaði, kaffi og kex.

92. Hokey Pokey ís

HRÁEFNI:
- 2 bollar vanilluís
- 1 bolli hokey pokey (honeycomb karamella), mulið
- Súkkulaðisósa

LEIÐBEININGAR:
a) Mýkið vanilluísinn í skál.
b) Brjóttu muldu hókýpakkann saman við.
c) Setjið blönduna í ílát og frystið þar til hún er stíf.
d) Dreypið súkkulaðisósu yfir áður en hún er borin fram.

93. Feijoa Mola

HRÁEFNI:
- 6-8 feijoas, skrældar og skornar í sneiðar
- 1 bolli kornsykur
- 1 bolli alhliða hveiti
- 1/2 bolli rúllaðir hafrar
- 1/2 bolli smjör, mildað
- 1 tsk kanill
- Vanilluís til framreiðslu

LEIÐBEININGAR:

a) Hitið ofninn í 180°C.

b) Blandið feijoa og helmingnum af sykrinum saman í skál. Setjið í eldfast mót.

c) Í annarri skál blandið saman hveiti, höfrum, afganginum af sykrinum, mjúku smjöri og kanil þar til það er molað.

d) Stráið Mola-blöndunni yfir feijoas.

e) Bakið í 30-35 mínútur eða þar til toppurinn er gylltur og ávöxturinn freyðandi.

f) Berið fram heitt með skeið af vanilluís.

94. Mānuka hunangs- og valhnetuterta

HRÁEFNI:
- 1 blað tilbúið smjördeig
- 1 bolli valhnetur, saxaðar
- 1/2 bolli Manuka hunang
- 1/2 bolli púðursykur
- 1/2 bolli smjör, brætt
- 2 egg, þeytt
- Vanilluís til framreiðslu

LEIÐBEININGAR:
a) Hitið ofninn í 180°C.
b) Klæðið tertuform með smjördeiginu.
c) Blandið saman í skál söxuðum valhnetum, Mānuka hunangi, púðursykri, bræddu smjöri og þeyttum eggjum.
d) Hellið valhnetublöndunni í tertuskurnina.
e) Bakið í 25-30 mínútur eða þar til fyllingin er stíf og gullin.
f) Látið kólna áður en það er borið fram með skeið af vanilluís.

95.Hindberja- og hvítsúkkulaðisneið

HRÁEFNI:

- 200 g smjör, brætt
- 1 bolli sykruð þétt mjólk
- 250 g venjulegt kex, mulið
- 1 bolli þurrkuð kókos
- 1 bolli frosin hindber
- 200 g hvítt súkkulaði, brætt

LEIÐBEININGAR:

a) Klæðið sneiðarform með smjörpappír.
b) Blandið saman bræddu smjöri og sykruðu niðursoðnu mjólkinni í skál.
c) Bætið við muldum kexum, þurrkinni kókoshnetu og frosnum hindberjum. Blandið þar til það hefur blandast vel saman.
d) Þrýstið blöndunni í tilbúið form.
e) Dreypið bræddu hvítu súkkulaði yfir.
f) Geymið í kæli þar til stíft, skerið síðan í sneiðar.

96.Afganskt kex

HRÁEFNI:
- 1 bolli smjör, mildað
- 1/2 bolli sykur
- 1 1/4 bollar alhliða hveiti
- 2 matskeiðar kakóduft
- 1 1/2 bollar maísflögur
- 1 bolli rifinn kókos
- 200g dökkt súkkulaði, til áleggs
- 1/4 bolli saxaðar valhnetur (valfrjálst)

LEIÐBEININGAR:

a) Forhitið ofninn í 180°C (350°F) og klæddu bökunarplötu með bökunarpappír.
b) Hrærið saman smjör og sykur þar til það er létt og ljóst.
c) Sigtið hveiti og kakóduft út í og blandið síðan kornflögum og kókos saman við.
d) Setjið skeiðar af blöndunni á tilbúna bakkann og fletjið aðeins út.
e) Bakið í 15-20 mínútur eða þar til gullið.
f) Leyfið kexinu að kólna. Bræðið súkkulaði og dreifið ofan á hvert kex.
g) Stráið söxuðum valhnetum yfir ef vill.

97. Kiwi- og jarðaberjasnyrtiefni

HRÁEFNI:
- 1 svampkaka, í teningum
- 4 kívíávextir, skrældar og skornir í sneiðar
- 1 bolli jarðarber, skorin í sneiðar
- 2 bollar vanilósa
- 1 bolli þeyttur rjómi
- 1/2 bolli sneiddar möndlur, ristaðar

LEIÐBEININGAR:
a) Í smárétti, köku í teningum, kiwi sneiðar og jarðarber sneiðar.
b) Hellið kreminu yfir lögin.
c) Endurtakið lögin þar til rétturinn er fylltur, endið með lag af þeyttum rjóma.
d) Toppið með ristuðum möndlum.
e) Geymið í kæli í nokkrar klukkustundir áður en það er borið fram.

98.Lolly kaka

HRÁEFNI:

- 150 g smjör
- 1 bolli sykruð þétt mjólk
- 250 g maltkex, mulið
- 1 bolli þurrkuð kókos
- 1 bolli Eskimo lollies (marshmallows með ávaxtabragði), saxaðar

LEIÐBEININGAR:

a) Bræðið smjör og sykraða þétta mjólk í potti við vægan hita.

b) Blandið í stóra skál möluðu maltkexi, þurrkinni kókoshnetu og söxuðum eskimó-sleikjum.

c) Hellið bræddu smjöri og mjólkurblöndunni yfir þurrefnin og blandið vel saman.

d) Þrýstið blöndunni í klætt sneiðarform.

e) Geymið í kæli þar til stíft, skerið síðan í sneiðar.

99. Anzac kex

HRÁEFNI:

- 1 bolli rúllaðir hafrar
- 1 bolli þurrkuð kókoshneta
- 1 bolli alhliða hveiti
- 1 bolli púðursykur
- 125 g smjör
- 2 matskeiðar gullsíróp
- 1/2 tsk matarsódi
- 2 matskeiðar sjóðandi vatn

LEIÐBEININGAR:

a) Hitið ofninn í 180°C.
b) Blandið höfrum, þurrkaðri kókos, hveiti og púðursykri saman í stóra skál.
c) Bræðið smjör og gullsíróp í potti við vægan hita.
d) Leysið matarsóda upp í sjóðandi vatni og bætið út í bræddu smjörblönduna.
e) Hellið blautu hráefnunum í þurrefnin og blandið vel saman.
f) Setjið skeiðar af blöndunni á klædda ofnplötu og fletjið aðeins út.
g) Bakið í 15 mínútur eða þar til gullbrúnt.

100. Gufusoðinn búðingur með gullsírópi

HRÁEFNI:
- 1 bolli sjálfhækkandi hveiti
- 1/2 bolli sykur
- 1 msk smjör, brætt
- 1/2 bolli mjólk
- 2 matskeiðar gullsíróp
- Kúla til framreiðslu

LEIÐBEININGAR:
a) Smyrjið búðingsskál.
b) Blandið saman sjálfhækkandi hveiti, sykri, bræddu smjöri og mjólk í skál þar til það hefur blandast vel saman.
c) Hellið gullnu sírópi með skeið í botninn á búðingaskálinni.
d) Hellið deiginu yfir gullsírópið.
e) Hyljið skálina með loki eða filmu og látið gufa í 1,5 til 2 klukkustundir.
f) Berið fram heitt með rjóma.

NIÐURSTAÐA

Þegar við ljúkum ferð okkar í gegnum blaðsíðurnar í "Endalaða Nýja Sælands Götu Matarbók", þökkum við þér hjartanlega fyrir að vera með okkur í þessu dýrindis ævintýri. Við vonum að þessar uppskriftir hafi flutt þig á líflegar götur Nýja Sjálands, sem gerir þér kleift að njóta kjarna Kiwi götumatar heima hjá þér.

Þessi bók er meira en bara safn uppskrifta; það er virðing fyrir anda Kiwi götumatarmenningar – menningu sem tekur til fjölbreytileika, sköpunargáfu og gleði þess að deila bragðgóðum augnablikum með vinum og fjölskyldu. Þegar þú veltir fyrir þér réttunum sem þú hefur útbúið og bragðið sem þú hefur smakkað, hvetjum við þig til að halda áfram að kanna heim götumatar Nýja Sjálands, hvort sem það er í þínu eigin eldhúsi eða með því að fara á staðbundna markaði og matarhátíðir.

Megi minningarnar sem skapast í kringum þessa rétti verða eins ríkar og fjölbreyttar og bragðið af Nýja Sjálandi sjálfu. Þakka þér fyrir að gera " Endalaða Nýja Sælands Götu Matarbók " að hluta af matreiðsluferð þinni. Þangað til leiðir okkar liggja aftur saman í heimi dýrindis uppgötvana, gleðilegrar matargerðar og kai pai tō kai (njóttu matarins)!

www.ingramcontent.com/pod-product-compliance
Lightning Source LLC
Chambersburg PA
CBHW050618130526
44591CB00044B/1383